சோம்பேறித்தனம் எனும் கலை

சோம்பேறித்தனம் எனும் கலை

காலம் தாழ்த்துவதிலிருந்து மீண்டு உங்கள் உற்பத்தித்திறனை மேம்படுத்துங்கள்

லைப்ரரி மைண்ட்செட்

தமிழில்:
நாகலட்சுமி சண்முகம்

MANJUL

மஞ்சுள் பப்ளிஷிங் ஹவுஸ்

First published in India by

MANJUL

Manjul Publishing House
Corporate and Editorial Office
•2nd Floor, Usha Preet Complex, 42 Malviya Nagar,
Bhopal 462 003 – India
Sales and Marketing Office
•C-16, Sector 3, Noida, Uttar Pradesh 201301 – India
Website: www.manjulindia.com
Distribution Centres
Ahmedabad, Bengaluru, Kochi, Kolkata, Chennai,
Hyderabad, Mumbai, New Delhi, Pune

Tamil translation of *The Art of Laziness* by Library Mindset

This Tamil edition first published in 2026

ISBN 978-93-7317-782-3

Translated by Nagalakshmi Shanmugam
Edited by PSV Kumarasamy
Layout done by Manoranjan Kumar

Printed and bound in India by Repro India Ltd.

“ஒரு நாள் நீங்கள் விழித்தெழும்போது, நீங்கள் எப்போதும் செய்ய விரும்பி வந்துள்ள விஷயங்களைச் செய்வதற்கு இனியும் உங்களுக்கு நேரம் இல்லாதிருப்பதை நீங்கள் காண்பீர்கள்.”

— **பாலோ கொயலோ**

உள்ளடக்கம்

பகுதி 2: உத்திகளும் உபாயங்களும்

முன்னுரை

இரண்டாகப் பிரிந்தது அந்த வனாந்திரத்தின்
ஊடாகச் சென்ற பாதை
அவை இரண்டிலுமே பயணிக்க முடியாமல் போனது
எனக்கு வருத்தமே
வழிப்போக்கனான நான் அச்சந்திப்பில் நின்றேன்
நீண்ட நேரம்
அதன் ஒரு பாதை வளைந்து திரும்பிய தூரம்வரை
கழுத்தை வளைத்து எட்டிப் பார்த்தேன்.

பின்னர் மறு பாதைக்கும் அதே நியாயத்தைக் காட்டினேன்
புற்களால் நிறைந்திருந்த காரணத்தால் அது
அதிகமான காலடித்தடம் பதியாமல் இருந்தது
பாதையிலிருந்து விலகுகின்ற இடம்வரை
அது அதிகமாக மிதிபட்டப் பாதையாகவே இருந்தது.

அன்றைய காலை அதுவரை எவரும் அங்கு வந்திராததால்
இரு பாதைகளும் இலைச் சருகுகளால் மூடிக் கிடந்தன
முதல் பாதையை நான் வேறொரு தினத்திற்காக ஒதுக்கி
வைத்தேன்
ஒரு பாதை எப்படி அடுத்தப் பாதைக்கு இட்டுச் செல்லும்
என்பதை அறிந்திருந்த காரணத்தால்
நான் மீண்டும் அங்கே திரும்பி வருவேன் என்று நான்
நம்பவில்லை.

இதை நான் ஓர் ஆசுவாசப் பெருமூச்சோடுதான் கூறுகிறேன்
இதற்குப் பற்பல ஆண்டுகளுக்குப் பிறகு
இரண்டு பாதைகள் ஒரு வனாந்திரத்தில் இரண்டாய்ப் பிரிந்தன
அதிகம் பயணப்பட்டிராத பாதையை நான் தேர்ந்தெடுத்தேன்
அது அனைத்து வித்தியாசங்களையும் ஏற்படுத்தியது.

நீங்கள் தேர்ந்தெடுக்கின்ற பாதையின் சக்தியை ராபர்ட் ஃபிராஸ்ட்டின் இந்த அழகான கவிதை விளக்குகிறது. எல்லோரும் தேர்ந்தெடுக்கின்ற சுலபமான பாதையை நீங்கள் தேர்ந்தெடுக்கலாம் அல்லது கடினமான பாதையைத் தேர்ந்தெடுக்கலாம். உண்மை என்னவென்றால், நீங்கள் கைவசப்படுத்த விரும்புகின்ற அல்லது சாதிக்க விரும்புகின்ற பெரும்பாலான விஷயங்கள் ஒருபோதும் சுலபமாக இருப்பதில்லை. அவற்றுக்கு நேரம், முயற்சி, கவனக்குவிப்பு ஆகியவை தேவை. அதனால்தான், கடினமான பாதையைத் தேர்ந்தெடுப்பது உங்கள் வாழ்வில் அனைத்து வித்தியாசங்களையும் ஏற்படுத்துகிறது. ஒவ்வொரு கணமும் உங்கள் முன் மலரும்போது, இரண்டு பாதைகள் வெளிப்படுகின்றன: ஒரு பாதை, பலராலும் அதிகமாகப் பயணிக்கப்பட்ட ஒன்று; மற்றொன்று, அதிகமாக ஆய்வு செய்யப்பட்டிராத ஒன்று. நீங்கள் உங்கள் இலக்குகளை அடையவும் உங்கள் கனவுகளை நனவாக்கவும் கடுமையாக முயற்சித்துக் கொண்டிருக்கிறீர்கள் என்றால், எந்தப் பாதை அவற்றுக்கு உங்களை இட்டுச் செல்லும் என்பதைத் தேர்ந்தெடுப்பது உங்களைப் பொறுத்தது.

வாழ்க்கை குறுகியது. நீங்கள் கவனமாக இல்லாவிட்டால், நீங்கள் எந்தவொரு குறிக்கோளும் இன்றி ஓரிடத்திலிருந்து இன்னோர் இடத்திற்கு நகர்ந்து கொண்டிருப்பதை நீங்கள் காண்பீர்கள். 2000 ஆண்டுகளுக்கு முன்பு,ரோமானியத்தத்துவவியலாளரான செனீக்கா தன்னுடைய நண்பரான பவுலினஸுக்கு எழுதிய ஒரு கடிதத்தில் இவ்வாறு கூறியிருந்தார்:

> *நமக்குக் காலம் மிகக் குறைவாக இருக்கிறது என்பதன்று விஷயம், மாறாக, நாம் அதன் பெரும்பகுதியை விரயம் செய்கிறோம். வாழ்க்கை போதுமான அளவு நீண்டது. அதை முழுவதுமாகச் சரியாகப் பயன்படுத்தினால், மாபெரும் சாதனைகளை நிகழ்த்தப் போதுமான அளவு அது தாராளமாக நமக்குக் கொடுக்கப்பட்டுள்ளது. ஆனால் அதை ஆடம்பரத்தில் விரயம் செய்யும்போதும், நல்ல விஷயங்களுக்கு அது பயன்படுத்தப்படாமல் போகும்போதும், நமக்கு அது குறித்தப் பிரக்ஞை*

> *ஏற்படுவதற்கு முன்பாகவே அது வேகமாகக் கரைந்து போய்விடும். ஆகவே, நாம் பெறும் வாழ்க்கை குறுகியதன்று, மாறாக, நாம்தான் அதை அப்படி ஆக்குகிறோம். நமக்கு நேரப் பற்றாக்குறையும் இல்லை, மாறாக, அதை நாம் கண்மூடித்தனமாக விரயம் செய்கிறோம்.*

சமீபத்தில், ஜெஃப் பீசோஸின் பழைய நேர்காணல் ஒன்றை நான் பார்த்துக் கொண்டிருந்தேன். அதில், முக்கியமான தீர்மானங்களை மேற்கொள்வதற்கான ஒரு புதிய வகையான கட்டமைப்பைப் பற்றி அவர் பேசினார். அமேசான் நிறுவனத்தைத் துவக்குவதற்கு முன்பு அவர் ஒரு முதலீட்டு வங்கியில் பணியாற்றினார். ஒரு நாள், இணையம் வழியாகப் புத்தகங்களை விற்பனை செய்யும் ஒரு தொழிலைத் துவக்குவதற்காக தான் தன் வேலையை இராஜினாமா செய்ய விரும்பியதாக பீசோஸ் தன் மேலதிகாரியிடம் தெரிவித்தார் (அமேசான் பிற வகையான பொருள்களை விற்பனை செய்யத் தொடங்குவதற்கு முன்பு முதலில் புத்தகங்களைத்தான் விற்பனை செய்தது). பீசோஸூம் அவருடைய மேலதிகாரியும் நியூயார்க்கிலுள்ள மையப் பூங்காவில் நடக்கச் சென்றனர். அப்போது அவருடைய மேலதிகாரி, “இது உண்மையிலேயே ஒரு நல்ல யோசனைபோல எனக்குத் தோன்றுகிறது, ஆனால் ஏற்கனவே ஒரு வேலையில் இல்லாத ஒருவருக்கு இது இன்னும் சிறந்த யோசனையாக இருக்கும்,” என்று கூறினார். மேலும், இறுதித் தீர்மானம் மேற்கொள்வதற்கு முன்பு, வேலையை இராஜினாமா செய்வது பற்றி 48 மணிநேரம் சிந்திப்பதற்கு ஜெஃப் பீசோஸை அந்த மேலதிகாரி சம்மதிக்க வைத்தார். அதைத் தொடர்ந்து, தீர்மானம் மேற்கொள்வதற்குத் தனக்கு உதவிய ஒரு கட்டமைப்பை பீசோஸ் கண்டுபிடித்தார்: பின்வருத்தக் குறைப்புக் கட்டமைப்பு. அடிப்படையில், நீங்கள் முதுமையடையும்போது உங்களுடைய பின்வருத்தத்தின் எண்ணிக்கையை வெகுவாகக் குறைத்துக் கொள்வது என்பது அதன் பொருள். அது பற்றி பீசோஸ் இவ்வாறு கூறினார்:

> “நான் என் வாழ்க்கையை முன்னோக்கிப் பார்த்து, என்னை 80 வயது முதியவனாகக் கற்பனை செய்து கொண்டு, ‘சரி, நான் என் வாழ்க்கையைத் திரும்பிப் பார்க்கிறேன். நான் கொண்டுள்ள பின்வருத்தத்தின் எண்ணிக்கையை நான் வெகுவாகக் குறைத்துக் கொள்ள விரும்புகிறேன்,’ என்று நான் கூற விரும்பினேன். என்னுடைய 80–வது வயதில், நான் என்னுடைய இப்புதிய யோசனையை முயற்சித்துப் பார்த்திருந்தது குறித்துப் பின்வருத்தம் கொள்ள மாட்டேன் என்பது எனக்கு உறுதியாகத் தெரிந்தது. இணையம் ஒரு மிகப் பெரிய விஷயமாக ஆகும் என்றும், எனவே அதில் பங்கு கொள்ள நான் மேற்கொள்ளவிருந்த முயற்சி குறித்து நான் பின்வருத்தம் கொள்ள மாட்டேன் என்றும் நான் உறுதியாக நம்பினேன். அம்முயற்சியில் நான் தோற்றாலும் நான் அது குறித்துப் பின்வருத்தம் கொள்ள மாட்டேன் என்பதிலும் எனக்கு எந்த சந்தேகமும் இருக்கவில்லை. ஆனால், அந்த முயற்சியை நான் மேற்கொள்ளவில்லை என்றால், அது குறித்து நான் நிச்சயமாகப் பின்வருத்தம் கொள்வேன் என்பதையும், அது ஒவ்வொரு நாளும் என்னை வாட்டி வதைக்கும் என்பதையும் நான் அறிந்திருந்தேன்.”

உங்களுக்குக் கிட்டத்தட்ட 80 வயது என்று கற்பனை செய்து கொள்ளுங்கள். நீங்கள் உங்கள் வாழ்க்கையைப் பின்னோக்கிப் பார்த்துவிட்டு, விஷயங்களை நீங்கள் வேறு விதமாகச் செய்திருந்தால் நன்றாக இருந்திருக்கும் என்று நீங்கள் நினைக்கிறீர்கள். நீங்கள் சோம்பேறித்தனமாக ஒரு சோபாவில் உட்கார்ந்து கொண்டு மணிக்கணக்கில் தொலைக்காட்சி பார்த்ததன் மூலமும், நேரம் போனதே தெரியாமல் எந்த நோக்கமுமின்றிச் சமூக ஊடகங்களை வளைய வந்ததன் மூலமும் நீங்கள் வீணாக்கிய அனைத்துக் கணங்கள் குறித்தும் நீங்கள் பின்வருத்தம் கொள்வீர்கள்.

இது பற்றி ஒரு சில நிமிடங்கள் சிந்தித்துப் பாருங்கள்: உங்களுக்கு 80 வயது ஆகும்போது நீங்கள் எது குறித்துப் பின்வருத்தம் கொள்வீர்கள்?

நீங்கள் பின்வருத்தம் கொள்ளக்கூடிய ஒரு சில விஷயங்கள் இதோ:

- நீங்கள் விரும்புகின்ற ஒன்றைச் செய்யாமல் இருத்தல்.
- சோம்பேறித்தனமாக இருந்து கொண்டு உங்கள் நேரத்தை வீணாக்குதல்.
- உங்கள் குடும்பத்தினருடன் அதிக நேரம் செலவிடாமல் இருத்தல்.
- உங்கள் ஆரோக்கியத்தைப் பேணாமல் இருத்தல்.
- பதிலீடு எதுவும் தராத ஒன்றுக்காகக் கடினமாக உழைத்தல்.
- நீங்கள் இளமையாக இருக்கும்போது பயணங்கள் மேற்கொள்ளாமல் இருத்தல்.
- உங்கள் வாழ்க்கையை முழுமையாக இரசித்து அனுபவிக்காமல் இருத்தல்.

நீங்கள் செய்ய விரும்புகின்ற விஷயங்களை உங்களால் ஏன் செய்ய முடியாது என்பதற்குச் சாக்குப்போக்குகளைக் கூறுவதை நிறுத்துவதற்கான நேரம் வந்துவிட்டது. சாக்குப்போக்குகளைக் கூறுவதற்குப் பதிலாக, நீங்கள் விரும்புகின்ற விஷயங்களை எவ்வாறு நீங்கள் செய்யலாம் என்பது பற்றி உங்களிடம் கேட்கத் தொடங்குங்கள். அது, ஒரு வழியைக் கண்டுபிடிப்பதற்கு உங்கள் மனத்தை உந்தித் தள்ளும். ஒரு கச்சிதமான நேரம் என்பது ஒருபோதும் கிடையாது. செயலில் இறங்குவதற்கு எப்போதும் ‘இக்கணமே’ பொற்கணமாகும்.

காலம் தாழ்த்துதல் என்றால் என்ன?

காலம் தாழ்த்துதல் என்பது தள்ளிப்போடுதல் அல்லது தாமதித்தல் என்று பொருள்படும்.

நீங்கள் செய்ய வேண்டியதைச் செய்வதைத் தவிர்ப்பது என்பது அதன் அர்த்தம். செனீக்கா கூறியதுபோல, "விஷயங்களைத் தள்ளிப்போடுவதுதான் வாழ்வின் மிகப் பெரிய விரயம்: மலர்கின்ற ஒவ்வொரு நாளையும் அது பறித்துவிடுகிறது, வருங்காலம் குறித்த வாக்குறுதியை வழங்குவதன் மூலம் நிகழ்கணத்தை அது நமக்கு மறுக்கிறது. எதிர்பார்ப்புதான் வாழ்தலுக்கான மாபெரும் முட்டுக்கட்டையாகும். அது நாளைய தினத்தை நம்பி இன்றைய தினத்தை இழந்துவிடுகிறது. ஒட்டுமொத்த வருங்காலம் நிச்சயமின்மையில்தான் நிலை கொண்டுள்ளது: உடனடியாக வாழுங்கள்."

நாம் என்ன செய்ய வேண்டும் என்பது நமக்கு நன்றாகத் தெரியும், ஆனால் நாம் அதைச் செய்வதில்லை. விஷயங்களைச் செய்வதை எவ்வளவு காலம் முடியுமோ அவ்வளவு காலம் நாம் தாமதிக்கிறோம். நாம் உடனடி வெகுமதியை விரும்புகிறோமே அன்றி, நீண்டகால மனநிறைவை அன்று.

காலம் தாழ்த்துதலின் எதிரி

பீதிதான் காலம் தாழ்த்துதலின் மாபெரும் எதிரி. காலக்கெடு நெருங்கும்போது அல்லது மோசமான பின்விளைவுகள் உங்களுக்காகக் காத்துக் கொண்டிருக்கும்போது, பீதி தலைதூக்குகிறது. பீதியின் எதிரே காலம் தாழ்த்துதல் கிட்டத்தட்ட மாயமாக மறைந்துவிடுகிறது. திடீரென்று

மட்டற்ற ஆற்றல் உங்களுக்குக் கிடைக்கிறது; இரவு முழுவதும் கண்விழித்து உங்கள் வேலையை உங்களால் செய்து முடித்துவிட முடியும், ஆனால் வாழ்வதற்கான ஒரு நல்ல வழியன்று அது. ஒரு விஷயம் உங்களுக்கு முக்கியமானதாக இருந்தால், காலம் தாழ்த்துவதற்குப் பிறகும் அதை நீங்கள் செய்து முடிப்பீர்கள், ஆனால் அதன் தரம் சராசரிக்கும் கீழானதாக இருக்கும். உங்களுடைய முழு செயல்திறனை நீங்கள் ஒருபோதும் எட்ட மாட்டீர்கள்.

பீதியின் பிரச்சனை என்ன தெரியுமா? விஷயங்கள் அவசரமானவையாக ஆகும்போது மட்டுமே அது எழுகிறது. ஒரு முக்கியமான வேலையாக இருந்தால்கூட, அதைச் செய்வதற்குப் போதுமான நேரம் இருக்கும்போது நீங்கள் பீதியடைவதில்லை. நீங்கள் ஒரு புதிய திறமையைக் கற்றுக் கொள்ளும்போது நீங்கள் பீதியடைவதில்லை. நீங்கள் ஒரு புத்தகத்தைப் படிக்கும்போது நீங்கள் பீதியடைவதில்லை. நீங்கள் உங்கள் குடும்பத்தினருடன் அதிக நேரம் செலவிடும்போது நீங்கள் பீதியடைவதில்லை. இவையெல்லாம் முக்கியமானவை, ஆனால் அவசரமானவை அல்ல. இவற்றைப் பின்னர் செய்து கொள்ளலாம் என்று நீங்கள் எப்போதும் உங்களுக்குள் கூறிக் கொள்கிறீர்கள். காலம் தாழ்த்துதலின் பாதகங்களில் ஒன்று அது. விஷயங்கள் அவசரமாகும்வரை நீங்கள் காத்துக் கொண்டிருக்கிறீர்கள். குடும்பத்தினருடன் அல்லது நண்பர்களுடன் நேரம் செலவிடுதல், உங்கள் கனவுகளைப் பின்தொடர்தல் என்பன போன்ற, உங்கள் வாழ்வில் உண்மையிலேயே முக்கியமான விஷயங்கள்மீது நீங்கள் அரிதாகவே கவனம் செலுத்துகிறீர்கள்.

நேரத்தின் முரண்பாடு

இதை நான் சாஹில் புளூம் என்ற தொழிலதிபரிடமிருந்து கற்றுக் கொண்டேன். நேரத்தின் முரண்பாடு என்பதன் அர்த்தம் இதுதான்:

நேரம் பொன்னானது என்பதை நாம் அறிவோம். நம்முடைய குழந்தைப்பருவத்திலிருந்தே நாம் இதைக் கேட்டு வந்துள்ளோம். நேரத்தின் முக்கியத்துவத்தையும், கடந்துவிட்ட நேரத்தை உங்களால் ஒருபோதும் திரும்பப் பெற முடியாது என்பதையும் எல்லோரும் உங்களுக்குக் கற்றுக் கொடுக்கின்றனர், ஆனால் நம்முடைய நடவடிக்கைகள் பெரும்பாலும் முற்றிலும் நேரெதிரானதையே வெளிப்படுத்துகின்றன. நாம் நேரத்தைப் பற்றி அவ்வளவாக அக்கறை கொள்வதில்லை. அது வற்றாத ஒரு ஜீவநதி என்று நாம் நினைத்துக் கொள்கிறோம். மரணம் என்ற ஒன்றையே நாம் மறந்துவிடுகிறோம். நம்முடைய குடும்பத்தினருடனும் நண்பர்களுடனும் செலவிடுவதற்கு நமக்கு மட்டற்ற நேரம் இருப்பதாக நாம் நினைக்கிறோம். துரதிர்ஷ்டவசமாக, நம்மிடம் அவ்வளவு நேரம் இல்லை. நாம் செய்ய விரும்புகின்ற விஷயங்களைப் பின்னர் செய்து கொள்ளலாம் என்று நாம் நினைக்கிறோம், ஆனால் நேரம் கரைந்து கொண்டிருக்கிறது என்பதை நாம் மறந்துவிடுகிறோம்.

இதை மனத்தில் வைத்துக் கொண்டு, உங்கள் நேரத்தைச் சிறப்பாகப் பயன்படுத்திக் கொள்ள நீங்கள் மேற்கொள்ள வேண்டிய சில முக்கியமான நடவடிக்கைகள் இதோ:

- *நீங்கள் செய்ய விரும்புகின்ற விஷயங்களைச் செய்யத் தொடங்குங்கள்.*
- உங்கள் நேசத்திற்குரிய மக்களுடன் நேரம் செலவிடத் தொடங்குங்கள்.
- *நீங்கள் கற்றுக் கொள்ள விரும்புகின்ற விஷயங்களைக் கற்றுக் கொள்ளுங்கள்.*

நேரம் எப்போதுமே நகர்ந்து கொண்டிருக்கிறது. ஒவ்வொரு கணம் கடக்கும்போதும், நேரம் மேன்மேலும் அதிக மதிப்புடையதாக ஆகிறது. அதை விரயம் செய்துவிடாதீர்கள்!

உற்பத்தித்திறன் முகமூடி

தாங்கள் ஒரு சோம்பேறி என்பதை யாரும் ஒப்புக் கொள்ள விரும்புவதில்லை. நம்முடைய ஆகச் சிறந்த பக்கத்தை மட்டுமே நாம் மற்றவர்களுக்குக் காட்ட விரும்புகிறோம். எனவே, உண்மையிலேயே முக்கியமானவற்றைச் செய்வதற்குப் பதிலாக, நாம் ஒரு முகமூடி அணிந்து கொள்கிறோம். அந்த முக்கியமான விஷயங்கள்தாம் பொதுவாக மிகவும் கடினமானவையாக இருக்கின்றன. எனவேதான், நம்முடைய வாழ்க்கையை எந்த விதத்திலும் மேம்படுத்தாத, முக்கியமற்ற விஷயங்களைச் செய்வதில் நம்மை நாம் மூழ்கடித்துக் கொள்கிறோம். சில சமயங்களில் நாம் வேண்டுமென்றே அவ்வாறு நடந்து கொள்கிறோம், ஆனால் பெரும்பாலான சமயங்களில், நம்மை அறியாமல் நாம் அவ்வாறு நடந்து கொள்கிறோம். முக்கியமற்ற, அவசரமற்றக் காரியங்களில் ஈடுபடுவதில் நாம் ஏராளமான நேரத்தைச் செலவிடுகிறோம். சாதாரணமான காலம் தாழ்த்துதலைவிட மிக மோசமானது இது. விஷயங்களில் முன்னேற்றம் காண்பதற்குப் பதிலாக, நாம் ஒரு செக்கு மாட்டைப்போல ஒரே இடத்தைச் சுற்றிச் சுற்றி வருகிறோம்.

அந்த மோசமான பழக்கத்தை முறிப்பதற்கு நீங்கள் செய்ய வேண்டியவை இதோ:

> *இன்றைய நாளுக்கு மதிப்புக் கூட்டும் என்று நம்பி நேற்று நீங்கள் செய்த மூன்று விஷயங்களை அடையாளம் காணுங்கள். முக்கியமான நடவடிக்கைகள் மற்றும் முக்கியமற்ற நடவடிக்கைகளை வேறுபடுத்திப் பார்க்கப் போதுமான அளவு பிரக்ஞையோடு செயல்படுங்கள். அப்போதுதான், அடுத்த முறை முக்கியமற்ற விஷயங்களை நீங்கள் செய்யும்போது, நீங்கள் சோம்பேறியாக இருப்பதை நீங்கள் உணர்வீர்கள்.*

பகுதி 1

மனநிலை

பட்டாம்பூச்சிகளைத் துரத்திச் செல்வதில் நீங்கள் உங்கள் நேரத்தைச் செலவிட்டால், அவை பறந்து போய்விடும். ஆனால், ஓர் அழகான தோட்டத்தை உருவாக்குவதில் நீங்கள் நேரத்தைச் செலவிட்டால், அந்தப் பட்டாம்பூச்சிகள் தாமாகவே அங்கு வரும். துரத்திச் செல்லாதீர்கள், கவர்ந்திழுங்கள்.

வாழ்க்கை குறுகியது

"இக்கணமே உங்கள் உயிர் போகலாம். இந்த உண்மை, உங்கள் சொல்லையும் செயலையும் சிந்தனையையும் தீர்மானிக்கட்டும்."

—மார்க்கஸ் அரேலியஸ்

பண்டைய ரோமில், ஒரு போரில் கிடைத்த வெற்றிக்குப் பிறகு ஒரு தளபதி திரும்பி வந்தபோதெல்லாம், அவரைக் கௌரவிக்கும் விதமாக ஒரு விழா நடத்தப்பட்டது. அத்தளபதி ஒரு தேரில் நகருக்குள் நுழைவார். அவருடைய வெற்றியைக் கொண்டாடுவதற்காக மக்கள் பெரும் எண்ணிக்கைகளில் கூடுவர். அத்தேரில் அத்தளபதிக்குப் பக்கத்தில் ஓர் அடிமை உட்கார்ந்திருப்பான். அவனுடைய ஒரே பொறுப்பு, "உங்கள் பின்னால் திரும்பிப் பாருங்கள்! நீங்கள் வெறுமனே ஒரு மானுடப் பிறவி! நீங்கள் ஒரு நாள் மரிப்பீர்கள்!" என்று அந்தத் தளபதியின் காதில் கிசுகிசுப்பதுதான்.

ஸ்டீவ் ஜாப்ஸ் 2005-ல் ஒரு பல்கலைக்கழகத்தில் ஆற்றிய சிறப்புரையிலிருந்து ஓர் அற்புதமான மேற்கோள் இதோ:

"நான் விரைவில் இறந்துவிடுவேன் என்பதை நினைத்துப் பார்ப்பதுதான் வாழ்வில் பெரிய தேர்ந்தெடுப்புகளை மேற்கொள்வதற்கு எனக்கு உதவுகின்ற, நான் கண்டறிந்துள்ள மிக முக்கியமான வழிமுறையாகும். ஏனெனில், புறவயமான எதிர்பார்ப்புகள், பெருமிதம், தோல்வி குறித்த பயம், தர்மசங்கடம் குறித்த பயம் என்று கிட்டத்தட்ட எல்லாமே மரணத்தின் முன்னால்

காணாமல் போய்விடுகின்றன, உண்மையிலேயே முக்கியமானவை மட்டுமே தங்குகின்றன. நாம் இறக்கப் போகிறோம் என்பதை நினைத்துப் பார்ப்பதுதான் இழப்பதற்கு நம்மிடம் ஏதோ இருக்கிறது என்ற சிந்தனைப் பொறிக்குள் மாட்டிக் கொள்வதைத் தவிர்ப்பதற்கு எனக்குத் தெரிந்த ஒரே சிறந்த வழி. உங்கள் இதயம் சொல்வதைக் கேட்டு நடக்காமல் இருப்பதற்கு உங்களுக்கு எந்தக் காரணமும் இல்லை."

மரணக் காலிகை

கீழே கொடுக்கப்பட்டுள்ள படம் 'மெமென்டோ மோரி காலிகை' என்று அழைக்கப்படுகிறது. ஒவ்வொரு வட்டமும் ஒரு நபரின் வாழ்க்கையின் ஒரு மாதத்தைக் குறிக்கிறது. மனிதனின் சராசரி ஆயுட்காலம் 80 ஆண்டுகள் (நீங்கள் அதிர்ஷ்டம் செய்திருந்தால்!) என்ற அனுமானத்தின் அடிப்படையில் இது அமைக்கப்பட்டுள்ளது. இப்போது உங்களுக்கு 30 வயது என்று வைத்துக் கொள்ளுங்கள். ஒரு பேனாவை எடுத்து, 30வரை உள்ள வட்டங்களை நிரப்புங்கள். அதைத் தொடர்ந்து வருகின்ற ஒவ்வொரு புதிய மாதத்திற்கும், இன்னொரு வட்டத்தை நிரப்புங்கள். உங்களைக் கடந்து செல்கின்ற ஆண்டுகளை இப்படிக் காட்சிரீதியாகப் பார்க்கும்போது, உங்கள் வாழ்வின் ஒவ்வொரு நாளையும் நீங்கள் மிகச் சிறந்த முறையில் பயன்படுத்திக் கொள்ள வேண்டியது அவசியம் என்பதை அது உங்களுக்கு வலிமையாக நினைவூட்டும்.

பிரபலமான மனிதர்கள் சிலரின் ஆயுட்காலம்:

- ராப் இசைப் பாடகர் டூபாக் ஷாகுர் இறந்தபோது அவருக்கு வயது 25.
- மாவீரன் அலெக்சாண்டர் இறந்தபோது அவருக்கு வயது 32.
- ஓவியக் கலைஞர் வின்சென்ட் வான் கா இறந்தபோது அவருக்கு வயது 37.
- மார்ட்டின் லூதர் கிங் ஜூனியர் இறந்தபோது அவருக்கு வயது 39.

80 ஆண்டுகால மனித வாழ்க்கை (மாதங்களில்)

- நடிகர் பால் வாக்கர் இறந்தபோது அவருக்கு வயது *40.*
- கணிதவியலாளர் ஆலன் டியூரிங் இறந்தபோது அவருக்கு அவருக்கு வயது *41.*
- நெப்போலியன் போனபார்ட் இறந்தபோது அவருக்கு வயது *51.*
- ஜூலியஸ் சீசர் இறந்தபோது அவருக்கு வயது *55.*
- ஸ்டீவ் ஜாப்ஸ் இறந்தபோது அவருக்கு வயது *56.*
- மார்க்கஸ் அரேலியஸ் இறந்தபோது அவருக்கு வயது *58.*
- அமெரிக்க இராணுவத் தளபதி ஜார்ஜ் ஸ்மித் பேட்டன் இறந்தபோது அவருக்கு வயது *60.*
- மேரி கியூரி இறந்தபோது அவருக்கு வயது *66.*
- நிக்கோலா டெஸ்லா இறந்தபோது அவருக்கு வயது *86.*
- பாப்லோ பிக்காஸோ இறந்தபோது அவருக்கு வயது *91.*

வாழ்க்கை குறுகியது. சில சமயங்களில், நாம் நினைப்பதைவிட மிகக் குறுகியது அது. பொதுவாக, நாம் இறப்பதற்கு முன்பு நாம் நெடுங்காலம் வாழ்வோம் என்று நாம் அனுமானிக்கிறோம். ஆனால், அது பெரும்பாலும் அப்படி இருப்பதில்லை. இக்கிரகத்தில் நம்முடைய காலம் ஒரு வரம்புக்கு உட்பட்டது, ஆனால் நம்முடைய அன்றாட வாழ்க்கை நாம் இந்த உண்மையை மறக்கும்படி செய்துவிடுகிறது.

இதை மனத்தில் வைத்து, பின்வரும் கேள்விகளை நீங்கள் உங்களைக் கேட்டுக் கொள்ள வேண்டும்:

- நான் ஏன் சோம்பேறித்தனமாக இருக்கிறேன்?
- நான் ஏன் காலம் தாழ்த்துகிறேன்?

வாழ்க்கை என்பது நாம் நம் இதயத்தின் அடியாழத்திலிருந்து விரும்புகின்ற விஷயங்களைச் செய்வதில் அதிக நேரத்தைச் செலவிடுவதைப்

பற்றியதாகத்தானே இருக்க வேண்டும்? சாஹில் லாவிஞ்சியா கூறுவதுபோல, "நீங்கள் உண்மையிலேயே விரும்பாத ஒன்றை நீங்கள் விரும்பியாக வேண்டும் என்று சமுதாயம் உங்களை நம்ப வைக்கும்போது காலம் தாழ்த்துதல் நிகழ்கிறது."

நீங்கள் செய்ய விரும்புகின்ற அனைத்து விஷயங்களையும் முடிந்த அளவு விரைவாகச் செய்துவிடுங்கள். ஏனெனில், நீங்கள் மிக நீண்ட காலம் காத்திருந்தால், அவற்றை உங்களால் ஒருபோதும் செய்ய முடியாமல் போவதற்கான வாய்ப்பு உள்ளது.

நீங்கள் ஓர் உலகப் பயணம் மேற்கொள்ள விரும்பினால், இக்கணம்தான் சிறந்த நேரம். நீங்கள் ஒரு தொழிலைத் துவக்க விரும்பினால், இக்கணம்தான் சிறந்த நேரம். நீங்கள் ஓர் உடற்பயிற்சி மையத்தில் சேர்ந்து உடற்பயிற்சி செய்ய விரும்பினால், இக்கணம்தான் சிறந்த நேரம்.

உங்கள் இதயம் விரும்புவது எதுவானாலும், அதைச் செய்வதற்கு இக்கணத்தைவிடச் சிறந்த நேரம் ஒருபோதும் இருந்ததில்லை.

பின்னர் ஒரு நாள் நீங்கள் அதற்காக உங்களுக்கு நன்றி கூறுவீர்கள்.

100% பொறுப்பு

"பொறுப்புதான் மேன்மைத்துவத்திற்கான விலை."

—வின்ஸ்டன் சர்ச்சில்

பாத் பல்கலைக்கழகத்தைச் சேர்ந்த உளவியலாளர் பாஸ் வெர்பிளாங்கென்னும் அவருடைய குழுவினரும் சமீபத்தில் நடத்திய ஓர் ஆய்வு, மக்கள் ஒவ்வோர் ஆண்டும் மேற்கொள்கின்ற புத்தாண்டுத் தீர்மானங்களில் தலையாய மூன்று தீர்மானங்களை வெளிப்படுத்தியது:

1. ஆரோக்கியமாக வாழ்தல் *(23%)*
2. தனிப்பட்ட மேம்பாடு அல்லது மகிழ்ச்சி *(21%)*
3. உடல் எடையைக் குறைத்தல் *(20%)*

ஆனால் *91%* மக்கள் தங்களுடைய தீர்மானங்களை நிறைவேற்றத் தவறிவிடுகின்றனர். "பல தீர்மானங்கள் டிசம்பர் *31*-ம் நாளன்று மேற்கொள்ளப்படுகின்றன, ஜனவரி *2*-ம் நாளன்று காற்றில் பறக்கவிடப்படுகின்றன," என்று வெர்பிளாங்கென் கூறுகிறார்.

ஒவ்வொரு முறையும், குறை சொல்லப்பட வேண்டிய ஒருவர் இருக்கிறார்.

அடிப்படையில், உங்கள் வாழ்க்கைக்கு நீங்கள் ஒருவர் மட்டுமே பொறுப்பு. நீங்கள் செய்யத் தவறிய விஷயத்திற்கு உங்கள் நண்பர்களையோ, குடும்பத்தினரையோ, வாழ்க்கைத் துணைவரையோ, அல்லது வேறு யாரையோ குறை சொல்வதற்கான சபலம் உங்களுக்கு எழக்கூடும் என்றாலும், செயலில்

இறங்குவதற்கான முழுப் பொறுப்பு உங்களுடையதுதான். சாக்குப்போக்குகளைச் சொல்வதும், இந்தச் சூழ்நிலையில் நீங்கள் செய்யக்கூடியது எதுவும் இல்லை என்று உங்களை நீங்களே நம்ப வைப்பதும் உங்களுக்குச் சிறிதளவு தற்காலிகமான ஆசுவாசத்தைக் கொடுக்கக்கூடும் என்றாலும், விஷயம் அதுவன்று. நீங்கள் செய்யக்கூடிய ஏதோ ஒன்று எப்போதும் இருக்கிறது, உங்களால் முடிந்த அளவு சிறப்பாக எப்போதும் உங்களால் செயல்பட முடியும். நீங்கள் மேற்கொள்கின்ற அல்லது மேற்கொள்ளத் தவறுகின்ற ஒவ்வொரு நடவடிக்கையும் உங்கள் வாழ்வின்மீது தாக்கம் ஏற்படுத்துகிறது. உங்கள் வாழ்க்கைக்கான லகானை உங்கள் கையில் எடுத்துக் கொள்வது முற்றிலும் உங்களைப் பொறுத்தது. எனவே, அடுத்த முறை, உங்களுடைய பிரச்சனைக்கு நீங்கள் வேறொருவர்மீது பழிபோடும்போது, அதிகாரத்தை நீங்கள் துறக்கிறீர்கள் என்ற உண்மையையும், அதற்குரிய பின்விளைவுகளை நீங்கள் எதிர்கொள்ள வேண்டியிருக்கும் என்பதையும் கருத்தில் கொள்ளுங்கள். யதார்த்தத்தில், உங்களுடைய வருங்காலம் உங்களுடைய நிகழ்கால நடவடிக்கைகளின் வசம் உள்ளது.

இதோ ஓர் அழகான ஜென் கதை:

இரண்டு நபர்கள் ஒரு ஜென் துறவியைச் சந்திக்கச் செல்கின்றனர். முதலாமவர் இவ்வாறு கூறுகிறார்: "நான் இந்த ஊருக்கு இடம்பெயரலாம் என்று யோசித்துக் கொண்டிருக்கிறேன். இந்த ஊர் எப்படிப்பட்டது?"

"உங்களுடைய பழைய ஊர் எப்படிப்பட்டது?" என்று அந்த ஜென் துறவி கேட்கிறார்.

"அது பயங்கரமானது. எல்லோரும் மோசமானவர்கள். நான் அந்த ஊரை வெறுக்கிறேன்," என்று அந்த முதலாமவர் பதிலளிக்கிறார்.

அதற்கு அந்தத் துறவி, "இந்த ஊரும் கிட்டத்தட்ட அதே போன்றதுதான்," என்று கூறுகிறார்.

அந்த முதலாம் நபர் அத்துறவியிடமிருந்து விடைபெற்றுச் சென்றவுடன், இரண்டாமவர் உள்ளே நுழைகிறார்.

"நான் இந்த ஊருக்கு இடம்பெயரலாம் என்று யோசித்துக் கொண்டிருக்கிறேன். இந்த ஊர் எப்படிப்பட்டது?" என்று அவர் அந்தத் துறவியிடம் கேட்கிறார்.

அதற்கு அந்தத் துறவி, "உங்களுடைய பழைய ஊர் எப்படிப்பட்டது?" என்று கேட்கிறார்.

"அது அற்புதமானது. எல்லோரும் தோழமையாகப் பழகுபவர்கள். அங்கு நான் மகிழ்ச்சியாக இருந்து வந்துள்ளேன்," என்று அந்த இரண்டாமவர் பதிலளிக்கிறார்.

அதற்கு அந்தத் துறவி, "இந்த ஊரும் கிட்டத்தட்ட அதே போன்றதுதான்," என்று கூறுகிறார்.

வாழ்க்கை என்பது அதை நாம் எப்படி அமைத்துக் கொள்கிறோம் என்பதைப் பொறுத்தது. அது பெருமளவு நம்முடைய நடவடிக்கைகளின் ஒரு பிரதிபலிப்பு. நீங்கள் உங்கள் வாழ்க்கைக்குப் பொறுப்பேற்றுக் கொண்டு செய்யப்பட வேண்டியவற்றைச் செய்யத் தவறினால் என்ன நிகழும் என்று நீங்கள் எதிர்பார்க்கிறீர்கள்?

யாரும் உங்களைக் காப்பாற்ற வந்து கொண்டிருக்கவில்லை.

இதை எப்போதும் நினைவில் கொள்ளுங்கள்:

நீங்கள் ஒரு சோம்பேறியாக இருக்கிறீர்களா இல்லையா என்பது பற்றி யாருக்கும் அக்கறையில்லை.

நீங்கள் காலம் தாழ்த்துகிறீர்களா இல்லையா என்பது பற்றி யாருக்கும் அக்கறையில்லை.

யாராலும் உங்கள் வாழ்க்கையை மாற்ற முடியாது. மிக முக்கியமாக, உங்கள் வாழ்க்கையை மாற்றுவதில் யாருக்கும் எந்த ஆர்வமும் இல்லை. அதற்கு நீங்கள் மட்டுமே ஆவன செய்தாக வேண்டும். அது உங்கள் கைகளில்தான் இருக்கிறது. நீங்கள் உங்கள் ஆசை தீரும்வரை காலம் தாழ்த்திக் கொண்டு, மற்றவர்கள் உங்கள் உதவிக்கு வருவதற்காகக் காத்துக் கொண்டிருக்கலாம், ஆனால் நீங்கள்

என்றென்றைக்குமாகக் காத்துக் கொண்டிருக்கக்கூடும். இந்த மனப்போக்கிலிருந்து விடுபடுவதற்கு, யாரேனும் வந்து உங்களுக்கு உதவுவார்கள் என்ற யோசனையைக் கைவிடுவதிலிருந்து தொடங்குங்கள்.

வாழ்வின் கடுமையான உண்மைகள் இவை:

நீங்கள் சோம்பேறித்தனமாக இருந்தால், அது நீங்கள் மேற்கொள்கின்ற ஒரு தேர்ந்தெடுப்பாகும்.

நீங்கள் மகிழ்ச்சியற்று இருந்தால், மகிழ்ச்சியாக இருப்பதை நீங்கள் தேர்ந்தெடுக்கலாம்.

நீங்கள் காலம் தாழ்த்தினால், அது நீங்கள் உடனடியாகக் கைவிட வேண்டிய ஒரு மோசமான பழக்கமாகும்.

செயலில் இறங்கும் பொறுப்பிலிருந்து தப்பிப்பதன் மூலம் நீங்கள் எதை அடையப் போகிறீர்கள்? எதுவுமில்லை. உங்கள் வாழ்க்கை குறித்த எதையேனும் நீங்கள் மாற்ற விரும்பினால், அதைச் செய்வதற்கான முழுப் பொறுப்பு உங்களுடையதுதான் என்பதை அறிந்திடுங்கள். குறை கூறுவது சுலபமானது என்றாலும், அது எதையும் சாதிப்பதில்லை. நீங்கள் நடவடிக்கை எடுத்தாக வேண்டும். நீங்கள் இன்றே தொடங்கலாம், அல்லது நாளைவரை காத்திருக்கலாம். இவ்விரண்டில் ஒன்றைத் தேர்ந்தெடுப்பது உங்களைப் பொறுத்தது.

> *"ஒரு மரத்தை நடுவதற்கான மிகச் சிறந்த நேரம் 20 ஆண்டுகளுக்கு முன்பு. இரண்டாவது சிறந்த நேரம் இக்கணம்."*
>
> **—சீனப் பழமொழி**

தவறுகள் நீங்கள் நினைக்கின்ற அளவு மோசமானவை அல்ல

தவறுகள் செய்வதால் குடி மூழ்கிவிடாது. அவை வாழ்வின் ஓர் இயல்பான பகுதி. எப்போதேனும்

தவறு செய்வது சாதாரணமாக நிகழ்வதுதான். உங்கள் நடவடிக்கைகளுக்கு நீங்கள்தான் பொறுப்பு என்பதால், தவறுகளை ஒரு படிப்பினையாகப் பாருங்கள். அத்தவறுகளிலிருந்து பாடம் கற்றுக் கொண்டு, அடுத்த முறை சிறப்பாகச் செயல்படுவதென்று உறுதிமொழி எடுத்துக் கொள்ளுங்கள். நீங்கள் இன்னொரு தவறு செய்யக்கூடும் என்ற பயம் உங்களுக்கு ஏற்பட்டால்கூட, எதுவும் செய்யாமல் இருப்பதைவிட அத்தவற்றைச் செய்து அதிலிருந்து கற்றுக் கொள்வது சிறந்தது. தெரியாத ஒன்றுக்குள் குதிப்பது பயமுறுத்துவதாகத்தான் இருக்கும், ஆனால் முன்னோக்கி நடைபோடுவதற்கான ஒரே வழி அதுதான்.

ஒரு தவறு நிகழ்ந்தால், அதிலிருந்து கற்றுக் கொண்டு முன்னே செல்லுங்கள். அக்கறையின்மை மற்றும் காலம் தாழ்த்துதல் எனும் ஒரு குட்டைக்குள் தேங்கிக் கிடப்பதைவிட, ஆற்றுக்குள் குதித்து வாழ்வின் போக்குடன் இயைந்து செல்லுங்கள். "நீங்கள் நகர்ந்து கொண்டிருக்கவில்லை என்றால், நீங்கள் வாழ்ந்து கொண்டிருக்கவில்லை என்று அர்த்தம்," என்று ஒரு பழைய கூற்று உள்ளது.

> *"ஒருபோதும் தவறுகளே செய்யாமல் இருப்பது வெற்றியன்று, மாறாக, ஒரு தவற்றை மீண்டும் செய்யாமல் இருப்பதை உள்ளடக்கியது அது."*
>
> **—ஜார்ஜ் பெர்னார்டு ஷா**

உங்கள்மீது கவனம் செலுத்துங்கள்

உங்களுக்குத் தொடர்பில்லாத விஷயங்களைப் பற்றிக் கவலைப்படாதீர்கள்.

ஒன்று உங்களைப் பாதிக்கவில்லை என்றால், அது உங்கள் கவனத்தைச் சிதறடிக்க நீங்கள் ஏன் அனுமதிக்க வேண்டும்?

தங்களைப் பற்றிய மற்றவர்களுடைய அபிப்பிராயங்கள் போன்ற, தங்களால் கட்டுப்படுத்த

முடியாத விஷயங்கள் குறித்து மக்கள் எப்போதும் கவலைப்பட்டுக் கொண்டே இருக்கின்றனர், அந்நபர்கள் அந்நியர்களாக இருந்தாலும்கூட.

இது சுயசந்தேகம் என்ற ஒரு பொறிக்குள் உங்களைச் சிக்க வைத்துவிடக்கூடும், ஒரு தனித்துவமான நபராக நீங்கள் தழைப்பதிலிருந்து உங்களைத் தடுத்துவிடும். அதற்குப் பதிலாக, உங்களுக்கு முக்கியமான விஷயங்கள்மீது மட்டும் கவனம் செலுத்துங்கள், மற்றவர்களுடைய அபிப்பிராயங்களைப் பற்றிக் கவலைப்படுவதை நிறுத்துங்கள். உங்களால் அவர்களை மாற்ற முடியாது. அவர்களை மாற்றுவதற்கு நீங்கள் விரயம் செய்யக்கூடிய ஆற்றலை உங்கள் வாழ்க்கையை மேம்படுத்துவதற்குச் செலவிடுவது பயனுள்ளதாக இருக்கும். உங்கள்மீதும், உங்களுக்கு முக்கியமானவற்றின்மீதும் மட்டும் உங்கள் கவனத்தைக் குவியுங்கள்.

> *"எது உங்களுக்கு உண்மையிலேயே முக்கியமோ அதன்மீது உங்கள் ஒட்டுமொத்தக் கவனத்தையும் குவித்திடுங்கள். மற்றவர்களுக்குச் சொந்தமானது முற்றிலும் அவர்களுடைய பிரச்சனையே அன்றி உங்களுடையது அன்று என்பதில் தெளிவாக இருங்கள்."*
>
> **—எபிக்டெட்டஸ்**

மூன்று வகையான மக்கள்

பொதுவாக, மூன்று வகையான மக்கள் இருப்பதாக நாம் கூறலாம்:

1. முதல் வகையினர், தாங்கள் செய்ய விரும்புவதைச் செய்வதை ஒருபோதும் தொடங்குவதில்லை. எனவே, அவர்கள் எதையும் சாதிப்பதில்லை. பெரும்பாலான மக்கள் இந்த வகையைச் சேர்ந்தவர்களாக இருக்கின்றனர். அவர்கள் தங்களுடைய கனவுகளை நனவாக்குவதற்கு

ஒருபோதும் நடவடிக்கை மேற்கொள்வதில்லை. தாங்கள் செய்ய வேண்டியவற்றை அவர்கள் ஒருபோதும் செய்வதில்லை. ஏதேனும் நல்லது நிகழ்வதற்காக அவர்கள் வெறுமனே காத்துக் கொண்டிருக்கின்றனர்.

2. இரண்டாம் வகையினர், ஒன்றைத் தொடங்குகின்றனர், ஆனால் அதை ஒருபோதும் நிறைவு செய்வதில்லை. விஷயங்கள் கடினமாகும்போது, அவர்கள் உடனடியாகத் தங்கள் முயற்சியைக் கைவிட்டுவிட்டு, பிறகு அது குறித்துப் பின்வருத்தம் கொள்வதில் தங்களுடைய எஞ்சிய நேரத்தைச் செலவிடுகின்றனர்.
3. மூன்றாம் வகையினர், கடினமாக உழைக்கின்றனர், எவ்வளவு கஷ்டங்கள் வந்தாலும் தங்கள் முயற்சியைக் கைவிடுவதில்லை, தொடர்ந்து முன்னோக்கி நடைபோடுகின்றனர். இவர்கள்தாம், வாழ்வில் வெற்றி வாகை சூடுகின்ற அந்த 1% மக்கள்.

மூன்றாம் வகை மக்களிடம் இருக்கின்ற ஒரு தனித்துவமான குணம் விடாமுயற்சி. விஷயங்கள் சுமூகமாக நடைபெறாமல் இருக்கும்போதுகூட, இறுதி இலக்கை மனத்தில் வைத்து அவர்கள் விடாமுயற்சியுடன் செயல்படுவர். வாழ்வில் விஷயங்கள் தவறாகப் போகலாம், நிச்சயமாகப் போகும். அது அப்படித்தான். உங்கள் பாதைகள் முட்டுக்கட்டைகளால் நிரம்பியிருக்கும், ஆனால் நீங்கள் தொடர்ந்து முன்னோக்கிப் போய்க் கொண்டிருக்கும்வரை, உங்கள் இலக்குகளை நோக்கி உங்களால் முன்னேற முடியும்.

வாழ்க்கை என்பது ஒரு விரைவு ஓட்டம் அன்று, ஆனால் அது ஒரு நெடுந்தூர ஓட்டம். அது நீளமானது, கடினமானது. அதற்குத் தாங்குதிறனும், வலிமையும், விடாமுயற்சியும் தேவை. பாதி வழியில் முயற்சியைக் கைவிடுவதற்கு எந்தப் பரிசும் கிடையாது, மாறாக, நீங்கள் உங்கள் இலக்குகளை அடையும்போது நீங்கள் உணரக்கூடிய சாதனையுணர்வுதான் உங்களுக்குக் கிடைக்கக்கூடிய மிகச் சிறந்த வெகுமதியாகும்.

சரியான மக்கள் உங்களைச் சூழ்ந்திருப்பதை உறுதி செய்யுங்கள்

“நீங்கள் எந்த ஐந்து நபர்களுடன் உங்கள் பெரும்பாலான நேரத்தைச் செலவிடுகிறீர்களோ, அவர்களுடைய சராசரிதான் நீங்கள்.”

—ஜிம் ரோன்

2001-ல், ஜார்ஜியா பல்கலைக்கழக மாணவர்களிடம் வாரன் பஃபே ஒரு முக்கியமான கேள்வியைக் கேட்டார்: “ஒரு தனிநபரை ஒரு நிறுவனமாகக் கற்பனை செய்து கொள்ளுங்கள். அவர்மீது நீங்கள் முதலீடு செய்ய வேண்டும். இச்சூழ்நிலையில், அந்நபருடைய வருங்கால வருவாயின் 10% உங்களுக்கு வழங்கப்படும் (அவருடைய ஆரோக்கியம், மகிழ்ச்சி, மற்றும் அறிவின் 10 சதவீதமும் உங்களுக்குக் கிடைக்கும்).

நீங்கள் யாரைத் தேர்ந்தெடுப்பீர்கள்? ஏன்?

கேள்வி என்னவென்றால், அவர்கள் உங்களிடமிருந்து வித்தியாசமாக என்ன செய்கின்றனர்? உங்களிடம் இல்லாத எந்தப் பழக்கங்கள் அவர்களிடம் இருக்கின்றன?

இது இன்னொரு விதமாகவும் வேலை செய்கிறது. நீங்கள் ஒருவருடைய வருவாயைக் குறைக்க விரும்புகிறீர்கள்:

நீங்கள் யாரைத் தேர்ந்தெடுப்பீர்கள்? ஏன்?

நம்மில் பலர், நாம் கொண்டுள்ள அதே எதிர்பார்ப்புகளையும், அதே இலக்குகளையும், அதே அளவிலான ஊக்குவிப்பையும் கொண்டுள்ள நபர்கள்

நம்மைச் சூழ்ந்திருக்குமாறு பார்த்துக் கொள்கிறோம். அந்நபர்கள் குறைவான எதிர்பார்ப்புகளைக் கொண்டிருந்து, தெளிவான இலக்குகள் எதுவும் இல்லாதிருந்து, ஊக்கமும் இல்லாதவர்களாக இருந்தால், நாமும் அதுபோலவே இருப்போம்.

உங்களுடைய நண்பர்கள் சோம்பேறிகளாக இருந்தால், நீங்களும் சோம்பேறியாக இருப்பதற்கான வாய்ப்பு அதிகம்.

உங்கள் நண்பர்கள் காலம் தாழ்த்தினால், நீங்களும் காலம் தாழ்த்துபவராக இருப்பதற்கான வாய்ப்பு அதிகம்.

மறுபுறம், உங்களுடைய நண்பர்கள் கடினமாக உழைத்தால், நீங்களும் கடினமாக உழைப்பவராக இருப்பீர்கள்.

உங்கள் நண்பர்கள் புத்தகங்கள் வாசிக்கும் பழக்கம் உடையவர்கள் என்றால், நீங்களும் புத்தகங்கள் வாசிக்கத் தொடங்கக்கூடும்.

இதற்கு விதிவிலக்கானவர்கள் இருக்கக்கூடும், ஆனால் அது மிகவும் அரிது. மக்கள் தேக்கமடைவதற்கான முக்கியக் காரணம், செயலற்றவர்களாக இருக்கின்ற நபர்கள் தங்களைச் சூழ்ந்திருப்பதை அவர்கள் அனுமதிப்பதுதான். அடிப்படையில், உங்களுக்கு மிக நெருக்கமான நபரின் பழக்கங்களை நீங்கள் சுவீகரிக்கிறீர்கள். அவர்களுடைய நல்ல பழக்கங்களும் மோசமான பழக்கங்களும் உங்களுடையவையாக ஆகிவிடுகின்றன. நேரத்தை விரயம் செய்வதை உங்கள் நண்பர்கள் விரும்பினால், நேரத்தை விரயம் செய்வதில் நீங்களும் அவர்களோடு சேர்ந்து கொள்வீர்கள். மற்றவர்களின், குறிப்பாக உங்களுக்கு மிகவும் நெருக்கமானவர்களின், தாக்கத்திற்கு ஆளாவது மிகவும் எளிது. இது இன்னொரு விதமாகவும் வேலை செய்கிறது. எப்போதும் சுறுசுறுப்பாகவும், தங்களுடைய இலக்குகளை நோக்கி மும்முரமாகவும் செயல்படுகின்ற, நல்ல பழக்கங்களை சுவீகரித்துள்ள நண்பர்கள் உங்களுக்கு வாய்த்திருந்தால், அவர்களுடைய அந்தப் பண்புகள் உங்கள்மீது தாக்கம் ஏற்படுத்தும்.

தெரிவு உங்களுடையது. உங்களைச் சூழ்ந்திருப்பதற்கு நீங்கள் தேர்ந்தெடுத்துள்ள மக்கள் உங்கள் வாழ்வின்மீது ஒரு பெரும் தாக்கம் ஏற்படுத்துகின்றனர். உங்களுடைய எண்ணங்கள், உங்களுடைய செயல்கள், மற்றும் உங்களுடைய வருங்காலத்தை அவர்கள் செதுக்கி வடிவமைக்கின்றனர். சரியான நபர்கள் உங்கள் வாழ்க்கையைப் பெருமளவு மேம்படுத்துவர், தவறானவர்கள் உங்கள் வாழ்க்கையை மோசமாக்க மட்டுமே செய்வர்.

உங்களுடைய சிந்தனையை மாற்றுவதற்கு உங்களுடைய சகவாச வட்டத்தை மாற்றுங்கள்

நீங்கள் உங்கள் எண்ணங்களை மாற்ற விரும்பினால், நீங்கள் செய்கின்ற எல்லாவற்றையும் நீங்கள் மாற்றியாக வேண்டும். நீங்கள் சகவாசம் வைத்திருக்கின்ற நபர்களை மாற்றுவதையும் அது உள்ளடக்கியுள்ளது. உங்கள் நண்பர்களும் உங்களுக்கு மிகவும் நெருக்கமானவர்களும் சோம்பேறிகளாகவும், எதிர்மறையாளர்களாகவும், உங்கள் வாழ்வில் ஒரு நேர்மறையான தாக்கம் ஏற்படுத்தாதவர்களாகவும் இருந்தால், உங்கள் நட்பு வட்டத்தை மாற்றுவது மதிப்பு வாய்ந்ததாக இருக்கும், குறைந்தபட்சம், அவர்களுடைய அறிவுரையையாவது நீங்கள் கேட்காமல் இருக்கலாம்.

யாரோ ஒரு முறை இவ்வாறு கூறினர்:

> *"கனவுகளும் ஆழ்விருப்பங்களும் இலட்சியமும் இருக்கின்ற மக்கள் உங்களைச் சூழ்ந்திருக்கும்படி பார்த்துக் கொள்ளுங்கள். அவர்கள் உங்களை உந்தித் தள்ளி, நீங்கள் உங்களுடைய கனவுகளையும் ஆழ்விருப்பங்களையும் இலட்சியத்தையும் அடைய உங்களுக்கு உதவுவர்."*

எல்லோரிடமும் அறிவுரைகளை நாடாதீர்கள்

தவறான நபர்களிடம் அறிவுரை நாடாதீர்கள்.

எடுத்துக்காட்டாக, மகிழ்ச்சியாக இருப்பது எப்படி என்பது பற்றி நீங்கள் அறிவுரை பெற விரும்புவதாக வைத்துக் கொள்வோம்; யார் எப்போதும் வேதனையில் உழன்று கொண்டிருக்கிறார்களோ, அவர்களிடம் அந்த அறிவுரையை ஒருபோதும் கேட்காதீர்கள். சற்றுச் சிந்தித்துப் பாருங்கள்: அவர்களுடைய அறிவுரைக்கு ஏதேனும் மதிப்பு இருந்தால், முதலில் அவர்கள் ஏன் மகிழ்ச்சியாக இல்லை?

நீங்கள் யாரிடமிருந்து அறிவுரை பெற விரும்புகிறீர்கள் என்பது நீங்கள் வாழப் போகின்ற வாழ்க்கையைத் தீர்மானிக்கும்.

- மகிழ்ச்சியற்ற மனிதர்களிடமிருந்து நீங்கள் அறிவுரை பெற்றால், நீங்கள் மகிழ்ச்சியற்றவராக ஆவீர்கள்.
- ஆரோக்கியமற்ற மனிதர்களிடமிருந்து நீங்கள் அறிவுரை பெற்றால், நீங்கள் ஆரோக்கியமற்றவராக ஆவீர்கள்.
- கோபக்கார மனிதர்களிடமிருந்து நீங்கள் அறிவுரை பெற்றால், நீங்கள் கோபக்காரராக ஆவீர்கள்.

"நீங்கள் விரும்புவது அவர்களிடம் இல்லை என்றால், அவர்கள் கூறுவதைக் காது கொடுத்துக் கேட்காதீர்கள்."

—அலெக்ஸ் ஹார்மோசி

டிடெரூ விளைவு

250 ஆண்டுகளுக்கு முன்பு, ஃபிரெஞ்சுத் தத்துவவியலாளரான டெனிஸ் டிடெரூ மிகப் பிரபலமானவராக இருந்தார், ஆனாலும் அவர் ஏழையாக இருந்தார். அவருடைய மகள் திருமணம் செய்யத் திட்டமிட்டுக் கொண்டிருந்தாள், ஆனால் அவளுக்கு வரதட்சணை கொடுப்பதற்கு அவரிடம் பணம் இருக்கவில்லை. இரஷ்யப் பேரரசி கேத்தரீன் அவருடைய இக்கட்டான நிலைமையைப் பற்றிக் கேள்விப்பட்டபோது, டிடெரூவின் நூலகத்தைத் தான்

வாங்கி கொள்ள முன்வந்தார். திடீரென்று, டிடெரூ ஏகப்பட்டப்பணத்திற்குச்சொந்தக்காரராக ஆகிவிட்டார். அவர் தன்னுடைய பழைய அங்கியை ஓரங்கட்டிவிட்டு, ஒரு புதிய சிவப்பு அங்கியை அணியலானார். அவருக்கு அப்புதிய அங்கி பிடித்திருந்தபோதிலும், தன்னுடைய பிற உடைமைகள் அவ்வளவு அழகாக இல்லை என்பதை அவர் உணர்ந்தார். அவருடைய காலணிகள் அவருடைய புதிய அங்கியின் அழகிற்கு ஈடுகொடுக்கவில்லை. சிறிது காலத்திற்குள்ளாகவே, அவர் புதிய லெதர் காலணிகளையும், எழுதுவதற்கு ஒரு மர மேசையையும், ஒரு தங்கக் கடிகாரத்தையும், பல ஓவியங்களையும் வாங்கினார். இவை அனைத்திற்கும் அவர் செலவிட்டப் பணம் இறுதியில் அவரை ஒரு கடனாளி ஆக்கிவிட்டது. இந்த வகையான நடத்தை இப்போது டிடெரூ விளைவு என்று அழைக்கப்படுகிறது.

இதே கொள்கை உங்கள் செயல்களுக்கும் பொருந்தும். பௌதிகப் பொருள்களைச் சேகரிப்பதைப்போலவே மோசமான பழக்கங்களைச் சேகரிப்பதற்கும் டிடெரூ விளைவு பொருந்தும். ஒரு புதிய உடைமையைக் கைவசப்படுத்துவது எப்படி ஒரு நுகர்வுச் சுழற்சிக்கு வழி வகுக்குமோ, ஒரு புதிய மோசமான பழக்கத்தைக் கைவசப்படுத்துவதும் ஓர் எதிர்மறை நடத்தைச் சுழற்சிக்கு இட்டுச் செல்லக்கூடும்.

எடுத்துக்காட்டாக, புகைபிடித்தல் எனும் பழக்கத்தை நீங்கள் சுவீகரித்தால், மது அருந்துதல், ஆரோக்கியமற்ற உணவுப் பழக்கங்களில் ஈடுபடுதல் போன்ற பிற நடத்தைகளுக்கான ஆசையை அது தூண்டிவிடக்கூடும். இது கூடுதல் மோசமான பழக்கங்கள் உருவாவதற்கு வழி வகுக்கும். இவ்விதத்தில், எதிர்மறை நடத்தைகளை உள்ளடக்கிய கீழ்நோக்கிய ஒரு சுழற்சிக்குள் நீங்கள் தள்ளப்படுவீர்கள்.

அதேபோல, டிடெரூ விளைவு எவ்வாறு ஒருவருடைய சுயபிம்பத்தைச் சிதைக்கிறதோ, ஒரு மோசமான பழக்கத்தைக் கைவசப்படுத்துவதும் உங்களுடைய சுய அடையாளத்தைச் சிதைத்து, மேலும் அதிக மோசமான பழக்கங்களை நீங்கள் சுவீகரிப்பதற்கு

இட்டுச் செல்லும்.

ஒட்டுமொத்தத்தில், ஓர் எதிர்மறை நடத்தை எவ்வாறு காலப்போக்கில் கூடுதல் மோசமான பழக்கங்களைச் சுவீகரிப்பதற்கு வழி வகுக்கக்கூடும் என்பதைப் புரிந்து கொள்வதற்கான ஒரு பயனுள்ள விளக்கமாக டிடெரூ விளைவு திகழ்கிறது.

உங்கள் சௌகரிய வட்டம்தான் உங்கள் எதிரி

"ஒரு சௌகரிய வட்டம் ஓர் அழகான இடம்தான், ஆனால் அங்கு எதுவும் வளர்வதில்லை."

—யாரோ

மக்கள் சோம்பேறிகளாக இருப்பதற்கும், எல்லா வேலைகளையும் தள்ளிப்போடுவதற்குமான மிகப் பெரிய காரணங்களில் ஒன்று என்னவென்றால், அவர்கள் தங்கள் வாழ்க்கையில் மிகவும் சௌகரியமடைந்துவிடுகின்றனர். விஷயங்கள் தற்போது நடைபெற்றுக் கொண்டிருக்கும் விதத்தை நீங்கள் மாற்ற விரும்பாமல் இருக்கக்கூடும். ஏனெனில், மாற்றுவதற்கு நீங்கள் அதிக முயற்சி மேற்கொள்ள வேண்டியிருக்கும். சோம்பேறியாக இருப்பது ஒரு சுலபமான தெரிவுதான், ஆனால் நீங்கள் விரும்புகின்ற வளர்ச்சிக்கு அது இட்டுச் செல்லாது.

வளர்ச்சியானது நீங்கள் உங்களுடைய சௌகரிய வட்டத்தைவிட்டு வெளியே வந்து கடினமான விஷயங்களைச் செய்ய வேண்டும் என்று எதிர்பார்க்கிறது. உங்களுக்குக் கிடைக்கும் ஓய்வு நேரம் முழுவதையும் திரைப்படங்களைப் பார்ப்பதிலும், நாள் முழுவதும் சமூக ஊடகங்களை மேய்வதிலும் செலவிடுவது சுலபமானது, ஆனால் அது அர்த்தமற்றது. நீங்கள் உங்களுடைய நேரத்தை விரயம் செய்து கொண்டிருக்கிறீர்கள் என்பதை உங்கள் உடலும் உங்கள் மூளையும் அறியும். அர்த்தமுள்ள எதிலேனும் ஈடுபடுவதை விடுத்து நீங்கள் எதுவுமே செய்யாமல் நேரத்தைக் கழித்தப் பிறகு நீங்கள் மோசமாக உணர்வது இதனால்தான். நீங்கள் உணர்கின்ற

மெத்தனம், வாழ்வில் துடிப்பாகச் செயல்படுவதற்கான ஊக்கத்தை உங்களிடமிருந்து பறித்துவிடுகிறது. இது நிகழும்போது, எதுவும் தானாக மாறப் போவதில்லை. நீங்கள் உங்கள் சௌகரிய வட்டத்தைவிட்டு வெளியே வந்து விஷயங்களை நிகழ்த்தத் தொடங்க வேண்டும். நீங்கள் ஒரு முறை அந்த சௌகரிய வட்டத்தைவிட்டு வெளியே வந்துவிட்டால், நீங்கள் தொடர்ந்து அங்கேயே தங்கியிருந்தால் நன்றாக இருந்திருக்குமே என்ற எண்ணம் ஒருபோதும் உங்களுக்குத் தோன்றாது.

விஷயங்களை எளிமையாக வைத்திடுங்கள்!

நீங்கள் புதிதாக எதையேனும் முயற்சித்துப் பார்க்கும்போது, அதை உங்களால் முடிந்த அளவு எளிமையாக வைத்திடுங்கள். அளவுக்கதிகமாகச் செய்ய முயற்சிப்பது ஒரு பூமராங் விளைவை ஏற்படுத்தி உங்களைக் கீழே தள்ளிவிடக்கூடும். விஷயங்களை எவ்வளவுக்கு எவ்வளவு சிக்கலற்றவையாக வைத்துக் கொள்கிறீர்களோ, அவ்வளவு நல்லது. தவறாகப் போகக்கூடிய அனைத்து விஷயங்களைப் பற்றியும் அதீதமாகச் சிந்தித்துக் கொண்டே இருப்பதும் மோசமானதாக அமையக்கூடும், நீங்கள் எதுவும் செய்யாமல் முடங்கிக் கிடப்பதற்கு வழி வகுத்துவிடும். பெரும்பாலான நேரம், விஷயங்கள் நீங்கள் நினைக்கின்ற அளவுக்கு மோசமாகப் போவதில்லை, ஆனால் நீங்கள் அதை முயற்சித்துப் பார்க்கும்வரை அது உங்களுக்குத் தெரியாது. எனவே, முடிந்த அளவு விரைவாகச் செயலில் இறங்கிவிடுங்கள். விளைவைப் பற்றிக் கவலைப்படுவதை விடுத்து, ஓர் அவசர உணர்வுடன் களத்தில் குதியுங்கள். எடுத்துக்காட்டாக, ஒரு வலைத்தளத்தை எவ்வாறு உருவாக்குவது என்பதை நீங்கள் கற்றுக் கொள்ள விரும்புவதாக வைத்துக் கொள்வோம். அதை நீங்கள் இக்கணமே தொடங்கலாம் அல்லது தொடர்ந்து தள்ளிப்போட்டுக் கொண்டே இருக்கலாம்.

உங்களுடைய முதல் திட்டம் நீங்கள்

எதிர்பார்த்திருந்தபடி போகாவிட்டாலும் அதனால் ஒன்றும் குடி மூழ்கிவிடாது. தொடர்ந்து திருத்தங்கள் மேற்கொள்ளுங்கள், அல்லது உங்கள் திட்டத்தை ஒட்டுமொத்தமாக மாற்றிவிட்டு, அதிக நெகிழ்வுத்தன்மை கொண்ட வேறோர் அணுகுமுறையைத் தேர்ந்தெடுங்கள். நீங்கள் செய்ய விரும்புவது எதுவானாலும், அதை முடிந்த அளவு விரைவாகச் செய்யுங்கள். வேகம் முக்கியமானது. ஏனெனில், நீங்கள் நினைக்கின்ற அளவு உங்களிடம் அதிக நேரம் இல்லை. விஷயங்களை எளிமையாக வைத்துக் கொண்டு, மின்னல் வேகத்தில் அவற்றின்மீது நடவடிக்கை எடுங்கள்.

> *"70 சதவீதத் தகவல்களைக் கொண்டே பெரும்பாலான தீர்மானங்கள் மேற்கொள்ளப்பட வேண்டும். 90 சதவீதத் தகவல்களுக்காக நீங்கள் காத்திருந்தால், நீங்கள் மெதுவாகச் செயல்பட்டுக் கொண்டிருக்கிறீர்கள் என்று அர்த்தம்."*
>
> **—ஜெஃப் பீசோஸ்**

சற்று வித்தியாசமாகச் சிந்திக்கத் தொடங்குங்கள்!

> *"எல்லோரும் ஒரே மாதிரி சிந்திக்கின்றனர் என்றால், பிறகு யாரோ சிந்தித்துக் கொண்டிருக்கவில்லை என்று பொருள்."*
>
> **—ஜார்ஜ் எஸ். பேட்டன்**

எல்லோரும் சிந்திப்பதைப்போல நீங்கள் சிந்திக்க வேண்டியதில்லை. விஷயங்களை நீங்களே சீர்தூக்கிப் பாருங்கள். சுயமாகச் சிந்திப்பதுதான் உங்களைத் தனித்துவமானவராக ஆக்குகிறது.

உண்மையில், வித்தியாசமாகச் சிந்திப்பதன் மூலமும், விஷயங்களை மற்றவர்கள் செய்வதிலிருந்து வித்தியாசமாகச் செய்வதன் மூலமும், நீங்கள் வித்தியாசமான விளைவுகளைப் பெறுவீர்கள். மற்றவர்கள் செய்து கொண்டிருப்பதையே நீங்களும் செய்தால்,

அவர்களுக்குக் கிடைக்கின்ற அதே விளைவுகளைத்தான் நீங்களும் பெறுவீர்கள். அதேபோல, நீங்கள் இதுவரை என்ன செய்து வந்துள்ளீர்களோ, தொடர்ந்து அதையே செய்தால், வித்தியாசமான விளைவுகளை உங்களால் எதிர்பார்க்க முடியாது. எடுத்துக்காட்டாக, நீங்கள் நாள் முழுவதும் உங்கள் சோபாவில் முடங்கிக் கொண்டு எக்கச்சக்கமாகக் குறை கூறிக் கொண்டே இருந்தால், உங்களுக்கு என்ன விளைவு கிடைக்கும் என்பது உங்களுக்குத் தெரியும்தானே?

பார்க்கின்சன் விதி

இவ்விதியை அறிமுகப்படுத்தியவர், எழுத்தாளரும் கடற்படை வரலாற்றியலாளருமான சிரில் நார்த்கோட் பார்க்கின்சன். அடிப்படையில், ஒரு வேலை, அதற்கு ஒதுக்கப்பட்டுள்ள நேரத்தை முழுவதுமாக எடுத்துக் கொள்ளும் விதத்தில் விரிவடைகிறது என்று அந்த விதி கூறுகிறது. அதன்படி, ஒரு பணியை நிறைவு செய்ய நீங்கள் இரண்டு மணிநேரத்தை ஒதுக்கினால், அந்தப் பணி நிறைவுறுவதற்கு இரண்டு மணிநேரம் ஆகும். ஆனால் உங்களுக்கு ஒரே ஒரு மணி நேரம் மட்டுமே இருந்தால், அந்தப் பணியை அந்த ஒரு மணிநேரத்திற்குள் செய்து முடிப்பதற்கான ஒரு வழியை நீங்கள் கண்டுபிடிப்பீர்கள். உங்களால் ஒரு பணித்திட்டத்தைத் துவக்க முடியாவிட்டாலோ, அல்லது அதை நிறைவு செய்வதற்கு அதிக காலம் ஆனாலோ, பார்க்கின்சன் விதியைப் புரிந்து கொள்வது நீங்கள் காலம் தாழ்த்துவதிலிருந்து உங்களைத் தடுக்கும். குறுகிய காலக்கெடுக்களை நிர்ணயிப்பது ஓர் அவசரத்தன்மையை உருவாக்கி, செயலில் இறங்க உங்களை முடுக்கிவிடும். நேரம் குறைவாக இருக்கும்போது, நீங்கள் அதிகமான கவனக்குவிப்புடனும் அதிகச் செயல்திறனுடனும் செயல்படுவதற்கான சாத்தியக்கூறு உருவாகிறது. நீங்கள் உங்கள் பணித்திட்டத்தை, கையாளத்தக்கச் சிறு சிறு வேலைகளாகக் கூறுபோட்டுக் கொண்டு,

அவற்றைச் சிறப்பாக முன்னுரிமைப்படுத்துவீர்கள். ஒரு வேலைக்கு நீங்கள் ஒதுக்கியுள்ள நேரத்தை முழுமையாக ஆக்கிரமித்துக் கொள்ளும் அளவுக்கு அந்த வேலை தன்னை விரிவுபடுத்திக் கொள்கிறது என்பதை உணர்வதன் மூலம், காலம் தாழ்த்தும் போக்கை உங்களால் முறியடிக்க முடியும், முக்கியமான வேலைகளைச் சரியான காலக்கெடுக்களுக்குள் செய்து முடிப்பதை உங்களால் உறுதி செய்ய முடியும்.

தெளிவான இலக்குகளை வரையறை செய்யுங்கள்

செய்வதற்குச் சாத்தியமுள்ள மற்றும் விரைவாகச் செய்து முடிக்கப்படக்கூடிய தெளிவான இலக்குகளை நிர்ணயிக்க வேண்டியது முக்கியம். திணறடிக்கக்கூடிய மிகப் பெரிய இலக்குகளை நிர்ணயிப்பதில் தவறில்லை, ஆனால் பிரச்சனை என்னவென்றால், நீங்கள் ஒரு படுசோம்பேறியாக இருந்தால், உங்களால் அந்த இலக்கை நோக்கிச் செயல்பட முடியாது; ஏனெனில், அது மிகக் கடினமானதாகவும், அடையச் சாத்தியமற்றதாகவும் தோன்றும்.

அதனால்தான், தொடக்கத்தில், அடைவதற்கு எளிதான சிறிய இலக்குகளை நீங்கள் நிர்ணயிக்க வேண்டும்.

இலக்குகள் தெளிவாக இருக்க வேண்டும். எடுத்துக்காட்டாக, 1 மாதத்தில் 2 கிலோ எடையை இழக்க வேண்டும் என்று விரும்புவது ஒரு தெளிவான இலக்கு. வெறுமனே எடையைக் குறைப்பது என்பது தெளிவற்ற ஓர் இலக்கு.

உங்கள் இலக்குகளை எழுதிக் கொள்ளுங்கள்

உங்கள் இலக்குகளை ஒரு தாளில் எழுதிக் கொள்வது ஒரு நல்ல யோசனையாகும். அப்பழக்கம் இதுவரை உங்களுக்கு இல்லை என்றால், அதைத் துவக்குவதற்கான சரியான நேரம் இதுதான். உங்களிடம் எழுத்துபூர்வமான

தெளிவான இலக்குகள் இருந்து, அவற்றை நீங்கள் தினமும் வாய்விட்டுப் படித்து வரும்போது, அவை உங்களை ஊக்குவிக்கும். நீங்கள் எழுதி வைத்துள்ள இலக்குகளை நோக்கிச் செயல்படுவதை நீங்கள் தாமதிக்கும்போது அல்லது செயலில் இறங்க விரும்பாமல் போகும்போது, அது உங்களுக்கு ஒரு விதமான குற்றவுணர்வை ஏற்படுத்தும். எனவே, இலக்குகளை எழுதிக் கொள்வது நீங்கள் சுவீகரிக்கக்கூடிய ஒரு நல்ல பழக்கமாகும். உங்கள் இலக்குகளில் பாதியை மட்டுமே நீங்கள் அடைந்தாலும்கூட, எதையுமே சாதிக்காமல் இருப்பதைவிட அது மேலானதுதான்.

விஷயங்களை அளவுக்கதிகமாகச் சிக்கலாக்கிக் கொள்ளாதீர்கள்

தங்களுடைய உற்பத்தித்திறனை அளவிடுவதற்கு மக்கள் பயன்படுத்துகின்ற பல்வேறு செயலிகளில் எனக்கு விருப்பமில்லை. அவை சிலருக்கு உதவிகரமாக இருக்கக்கூடும் என்றாலும், உங்கள் இலக்குகள்மீது கவனத்தைக் குவிப்பதற்கு உங்களுக்கு எந்தச் செயலியும் தேவையில்லை. ஒரு பேனாவும் ஒரு தாளும் இருந்தால் போதும். எளிமையான விஷயங்களை ஏன் சிக்கலாக்கிக் கொள்ள வேண்டும்? செயலிகளில் ஏகப்பட்ட நேரத்தைச் செலவிடுவது வெறும் நேர விரயமாக அமையக்கூடும். பாரம்பரிய முறையில் வெறுமனே எழுதுவதைவிட அதிகமாகப் பலனளிக்கக்கூடிய ஒரு வழிமுறை வேறு எதுவுமில்லை. நீங்கள் செய்ய வேண்டியதெல்லாம் பின்வருவனவற்றைப் பட்டியலிடுவதுதான்:

- நீங்கள் எதைச் சாதிக்க விரும்புகிறீர்கள்
- அதை நீங்கள் எவ்வாறு சாதிக்கலாம்
- அதற்கு நீங்கள் நிர்ணயித்துள்ள காலக்கெடு
- உங்கள் முன்னேற்றத்தை எவ்வாறு திட்டமிடுவது
- உங்கள் இலக்கு எந்த அளவு யதார்த்தமானது

நீண்டகால நோக்கில் சிந்தியுங்கள்

வாழ்க்கையை இரண்டு விதமாக அணுகலாம். நீண்டகால நோக்கில் சிந்தித்து, இனி வரும் ஆண்டுகளில் உங்களுக்கு அதிக மதிப்பு வாய்ந்ததாக இருக்கக்கூடிய விஷயங்களை நீங்கள் செய்யலாம். அல்லது, உங்களுடைய குறுகியகால இன்பங்களுக்குப் பலியாகி, வருங்காலத்தை முற்றிலுமாகப் புறக்கணித்துவிடலாம்.

நிகழ்காலத்தில் நீங்கள் மேற்கொள்கின்ற நடவடிக்கைகள் வாழ்வில் பின்னாளில் உங்களைப் பாதிக்கும் என்பதை மனத்தில் இருத்திக் கொள்ள வேண்டியது முக்கியம். ஒரு விஷயத்தை என்னால் உறுதியாகச் சொல்ல முடியும்: சோம்பேறித்தனமாக இருப்பது பின்னாளில் உங்களை வருத்தம் கொள்ளச் செய்யும். சோம்பேறித்தனமாக இருப்பது தற்போது உங்களுக்கு சௌகரியமாக இருக்கும்; ஏனெனில், அது உடனடியாக உங்கள் டோப்பமீன் சுரப்பை அதிகரித்து உங்களுக்கு இன்பத்தைக் கொடுக்கும். புதிதாக ஒன்றைச் செய்வது கடினமானது, அது அந்த உடனடி இன்பத்தைக் கொடுக்காது. ஆனால், ஆண்டுகள் செல்லச் செல்ல, நீங்கள் செய்ய விரும்பியவற்றைச் செய்யாமல் போனது குறித்து நீங்கள் நிச்சயமாகப் பின்வருத்தம் கொள்வீர்கள்.

உடனடி வெகுமதி ஓர் இயல்பான போக்காக ஆகியுள்ள ஒரு சமுதாயத்தில் நாம் வாழ்ந்து கொண்டிருக்கிறோம். எல்லோரும் எல்லாவற்றையும் விரும்புகின்றனர், அவை இப்போதே தங்களுக்குக் கிடைக்க வேண்டும் என்று அவர்கள் எதிர்பார்க்கின்றனர். சில விஷயங்களில் அது சரியானதாக இருக்கலாம் என்றாலும், யதார்த்தம் என்னவென்றால், மதிப்பு வாய்ந்த எதுவொன்றையும் அடைவதற்கு நேரமும் முயற்சியும் தேவை. இது சிறிதளவு மன அழுத்தத்தை உருவாக்கலாம், நீங்கள் சில தியாகங்களைச் செய்ய வேண்டியிருக்கலாம், ஆனால் நீங்கள் உங்களுடைய வருங்கால இலக்குகளை அடைய விரும்பினால், அந்த மன அழுத்தமும் தியாகங்களும் மதிப்பு வாய்ந்தவைதாம்.

நிகழ்காலத்தில் நீங்கள் எந்தக் குதூகலத்தையும் அனுபவிக்கக்கூடாது என்று நான் கூறவில்லை, ஆனால் சில சமயங்களில், ஒரு சிறந்த வருங்காலத்தை உருவாக்குவதற்குச் சில சிறிய தியாகங்கள் தேவை.

துணிகரமான நடவடிக்கைகளை மேற்கொள்ளுங்கள்

துணிகரமான நடவடிக்கைகளை மேற்கொள்ள அஞ்சாதீர்கள். உங்கள் வாழ்வில் நீங்கள் எதுவொன்றைச் சாதிக்க விரும்பினாலும், ஒரு சௌகரியமான நிலையிலிருந்து ஓர் அசௌகரியமான நிலைக்குள் நீங்கள் குதித்தாக வேண்டும். ஒரு துணிகரமான நடவடிக்கை எடுக்காமல் இருப்பது, வாழ்வில் நீங்கள் பின்வருத்தம் கொள்ள வழி வகுக்கும், குறிப்பாக அக்கணத்தில் அது குறித்து உங்களால் எதுவும் செய்ய முடியாமல் போகும்போது.

> "எந்தவொரு துணிகர நடவடிக்கையும் மேற்கொள்ளாமல் இருப்பதுதான் மிக மிக ஆபத்தானது ... வேகமாக மாறிக் கொண்டிருக்கின்ற ஓர் உலகில், துணிகரச் செயல்களில் இறங்காமல் இருப்பதுதான் உத்தரவாதமான தோல்விக்கான ஒரே உத்தியாகும்."
>
> **—மார்க் சக்கர்பர்க்**

நல்லதும் அல்ல, மோசமானதும் அல்ல

உங்களுக்கு எது நிகழ்ந்தாலும் அது நல்லது அல்லது மோசமானது என்று நினைக்கின்ற சிந்தனைப் போக்கிற்குள் மாட்டிக் கொள்வது ஒரு நல்ல யோசனை அன்று. எனக்கு ஏராளமான மோசமான விஷயங்கள் நிகழ்ந்துள்ளன. அது குறித்து எனக்கு மகிழ்ச்சிதான். ஏனெனில், அவை என் வாழ்வின் போக்கை மாற்றின. அதை விளக்குகின்ற ஓர் பெரிய கதை இருக்கிறது:

ஒரு விவசாயி ஒரு குதிரையை வைத்திருந்தான். வயல் வேலைகளில் அக்குதிரை அவனுக்குப் பெரிதும் உதவியது. அது போன்ற ஓர் அற்புதமான குதிரை கிடைக்கப் பெற்றது அவனுக்கு வாய்த்திருந்த அதிர்ஷ்டம் என்று அவனுடைய கிராமத்து மக்கள் அடிக்கடி அவனிடம் கூறினர்.

"இருக்கலாம்," என்று அவன் அதற்குப் பதிலளிப்பான்.

ஒரு நாள், அக்குதிரை எங்கோ ஓடிப் போய்விட்டது. அந்த விவசாயிக்கு ஆறுதல் கூறுவதற்காக அக்கிராமத்தினர் அவனுடைய வீட்டிற்கு வந்தனர்.

"இது மிகவும் மோசம்," என்று அவர்கள் கூறினர். "இருக்கலாம்," என்று அந்த விவசாயி பதிலளித்தான்.

ஒரு சில நாள்களுக்குப் பிறகு, அக்குதிரை தன்னுடன் இன்னும் பத்து வலிமையான காட்டுக் குதிரைகளை அழைத்துக் கொண்டு வீடு திரும்பியது.

"இது மிகவும் நல்ல செய்தி, இல்லையா?" என்று அக்கிராமத்தினர் கூறினர். "இருக்கலாம்," என்று அந்த விவசாயி பதிலளித்தான்.

மறுநாள், அந்த விவசாயியின் மகன், அந்தப் பத்துக் குதிரைகளில் ஒன்றின்மீது சவாரி செய்தபோது கீழே விழுந்து தன் காலை உடைத்துக் கொண்டான்.

அது குறித்து வருத்தம் தெரிவிப்பதற்காக அந்தக் கிராமத்து மக்கள் அந்த விவசாயியின் வீட்டுக்கு வந்தனர். "இது மிகவும் மோசம்," என்று அவர்கள் கூறினர்.

"இருக்கலாம்," என்று அந்த விவசாயி பதிலளித்தான்.

மறுநாள், இராணுவ அதிகாரி ஒருவர், போரில் சண்டையிடுவதற்கு வலிமையான இளைஞர்களை வேலைக்குத் தேர்ந்தெடுப்பதற்காக அந்தக் கிராமத்திற்கு வந்தார். கால் உடைபட்டுக் கிடந்த அந்த விவசாயியின் மகனை அவர் தேர்ந்தெடுக்கவில்லை.

அதைக் கண்டு அந்தக் கிராமத்து மக்கள், "உன் மகன் அதிர்ஷ்டக்காரன்!" என்று மகிழ்ச்சியாகக் கூறினர்.

அதற்கு அந்த விவசாயி ஒரு புன்னகையுடன், "இருக்கலாம்," என்று கூறினான்.

கடினமான விஷயத்தை முதலில் செய்துவிடுங்கள்

“நீங்கள் தாமதமாக உள்ளே குதித்தால் குளிரான நீர் வெந்நீராக ஆகிவிடாது.”

—யாரோ

நம் மனம் சுலபமான விஷயங்களை நாடுகிறது. அதனால்தான், சரியான தேர்ந்தெடுப்புகளை மேற்கொள்ளக்கூடிய அளவுக்கு நாம் பிரக்ஞையோடு இருக்க வேண்டும், அத்தேர்ந்தெடுப்புகள் எவ்வளவு கடினமானவையாக இருந்தாலும் சரி. அது சற்றுக் கடினமான விஷயம்தான். ஏனெனில், ஆசுவாசமாக ஓய்ந்திருப்பதும், விஷயங்களை வேறொரு நாளுக்குத் தள்ளிப்போடுவதும்தான் பொதுவாக நமக்குப் பிடிக்கும். வாழ்க்கையைக் கடினமாக்கிக் கொள்வது யாருக்குத்தான் பிடிக்கும்? எடுத்துக்காட்டாக:

- உடற்பயிற்சி செய்வதைவிட சோபாவில் உட்கார்ந்து தொலைக்காட்சி பார்ப்பது அதிக சுலபமானது.
- ஒரு புத்தகம் படிப்பதைவிட சமூக ஊடகங்களில் மேய்வது அதிக சுலபமானது.
- கடினமாக உழைப்பதைவிடக் காலம் தாழ்த்துவது அதிக சுலபமானது.

நீங்கள் என்ன செய்ய விரும்பினாலும் சரி, மிகக் கடினமான வேலையை முதலில் செய்துவிட வேண்டும். அந்த வேலை எவ்வளவு சவாலானதாக இருந்தாலும் சரி, அது முதலில் செய்யப்பட்டாக வேண்டும். அதைச்

செய்து முடித்தப் பிறகுதான், சுலபமான வேலைகள் பக்கம் நீங்கள் திரும்ப வேண்டும். இதைச் செய்வதற்கு ஒரு வழி இருக்கிறது. எந்தவொரு நாளிலும் நீங்கள் செய்ய வேண்டிய அனைத்து விஷயங்களையும் ஒரு பட்டியலிடுங்கள். பிறகு, மிகக் கடினமான, மிகச் சிக்கலான வேலையைத் தேர்ந்தெடுங்கள். பிறகு உடனடியாக அந்த வேலையைத் துவக்கிவிடுங்கள். இந்த வேலைதான் மிக முக்கியமானது. அசௌகரியமாக இருப்பது மனிதர்களாகிய நமக்குப் பிடிக்காதுதான், ஆனால் சில விஷயங்கள் செய்யப்பட்டாக வேண்டும், அவை நம்மை எவ்வளவு சோதித்தாலும் சரி.

கடினமான தேர்ந்தெடுப்புகள் = சுலபமான வாழ்க்கை

நமக்குப் பிடிக்காத எதையும் செய்ய வேண்டியிராத, எந்தக் கவலையும் இல்லாத ஒரு சுலபமான வாழ்க்கையை வாழ நாம் அனைவருமே விரும்புகிறோம். நமக்குப் பிடித்தமான எல்லாவற்றையும் செய்வதற்கான சுதந்திரத்தை உள்ளடக்கிய, கஷ்டங்களை அனுபவிக்க வேண்டியிராத ஒரு வாழ்க்கை அது. அத்தகைய ஒரு வாழ்க்கை யாருக்குத்தான் பிடிக்காது?

உண்மை என்னவென்றால், நீங்கள் ஒரு சுலபமான வாழ்க்கையை விரும்பினால், நீங்கள் கடினமான தேர்ந்தெடுப்புகளை மேற்கொண்டாக வேண்டும். சுலபமான விஷயங்களைத் தேர்ந்தெடுப்பது உங்களுக்கு எந்த வெகுமதியையும் கொடுக்காது. நீங்கள் செய்கின்ற கடினமான வேலைகளுக்குத்தான் உங்களுக்கு வெகுமதி வழங்கப்படும். எவரொருவராலும் சுலபமான வழியைத் தேர்ந்தெடுக்க முடியும், ஆனால் கடினமான வழிதான் வெகுமதியளிக்கும். இதற்கு எந்த மாற்றும் இல்லை.

சுலபமான தேர்ந்தெடுப்புகள் = கடினமான வாழ்க்கை
கடினமான தேர்ந்தெடுப்புகள் = சுலபமான வாழ்க்கை

வாழ்வின் கொடூரமான உண்மை இது, ஆனால் தெரிவு உங்களுடையது: கடினமான தேர்ந்தெடுப்புகளை

மேற்கொண்டு ஒரு சுலபமான வாழ்க்கையை வாழுங்கள் அல்லது சுலபமான தேர்ந்தெடுப்புகளை மேற்கொண்டு ஒரு கடினமான வாழ்க்கையை வாழுங்கள். நீங்கள் சோம்பேறித்தனமாக உணரும்போதெல்லாம், உங்கள் வேலையைச் செய்யப் பிடிக்காதபோதெல்லாம், உங்கள் வருங்காலத்தைப் பற்றிச் சிந்தியுங்கள். அடுத்த 5, 10, அல்லது 20 ஆண்டுகளில் நீங்கள் எங்கே இருக்க விரும்புவீர்கள்? உங்கள் வருங்காலம் பற்றி நீங்கள் எத்தகைய கனவு கண்டு கொண்டிருந்தாலும் சரி, அது இப்போது, இங்கே, இக்கணத்தில் தொடங்குகிறது என்பதை நினைவில் கொள்ளுங்கள். இன்று நீங்கள் மேற்கொள்கின்ற நடவடிக்கைகள், உங்கள் வருங்காலம் எப்படிக் காட்சியளிக்கும் என்பதைத் தீர்மானிக்கும்.

> *"மக்கள் தங்களுடைய வருங்காலத்தைத் தீர்மானிப்பதில்லை; அவர்கள் தங்கள் பழக்கவழக்கங்களைத் தீர்மானிக்கின்றனர், அவர்களுடைய பழக்கவழக்கங்கள் அவர்களுடைய வருங்காலத்தைத் தீர்மானிக்கின்றன."*
>
> **—எஃப். எம். அலெக்சாண்டர்**

இதுவும் கடந்து போகும்

ஒரு முறை, ஓர் அரசன் தன்னுடைய அறிவார்ந்த அமைச்சர்களை அழைத்து, "எந்தவொரு சூழ்நிலையிலும், சூழலிலும், இடத்திலும், நேரத்திலும், எந்தவொரு மகிழ்ச்சியான கணத்திலும், துக்கத்திலும், தோல்வியிலும், வெற்றியிலும் வேலை செய்யக்கூடிய ஒரு மந்திரமோ அல்லது பரிந்துரையோ இருக்கிறதா? அனைத்துக் கேள்விகளுக்குமான ஒரே பதில் உள்ளதா?" என்று கேட்டான்.

அரசனின் கேள்வி அந்த அமைச்சர்களைக் குழப்பியது. அவர்களில் முதியவர் ஒருவர் அது குறித்துப் பரிந்துரைத்த ஒரு விஷயம் எல்லோருக்கும் பிடித்திருந்தது. அவர்கள் தங்கள் அரசனை அணுகி,

ஏதோ எழுதப்பட்டிருந்த ஒரு காகிதத்தை அவனிடம் கொடுத்தனர். ஆனால், அவன் அதைப் படிக்கக்கூடாது என்றும், வேறு வழியே இல்லாத ஒரு சூழ்நிலையில் அவன் மாட்டிக் கொண்டிருக்கும்போது மட்டுமே அவன் அதைப் படிக்க வேண்டும் என்றும் அவர்கள் அவனிடம் கூறினர். அரசனும் அதற்கு ஒப்புக் கொண்டு, அக்காகிதத்தை மடித்துத் தன்னுடைய வைர மோதிரத்திற்கு உள்ளே வைத்துக் கொண்டான்.

சில காலத்திற்குப் பிறகு, அண்டை நாட்டினர் அவனுடைய ராஜ்ஜியத்தின்மீது தாக்குதல் நடத்தினர். அந்த அரசனும் அவனுடைய படையினரும் துணிச்சலாகச் சண்டையிட்டனர், ஆனால் அவர்கள் அந்தப் போரில் தோல்வியுற்றனர். இதனால், அந்த அரசன் தன்னுடைய குதிரையில் அந்த இடத்திலிருந்து தப்பிச் செல்ல வேண்டியதாயிற்று. எதிரிகள் அவனைத் துரத்திச் சென்றனர். அவர்கள் அவனை வேகமாக நெருங்கிக் கொண்டிருந்தனர். அந்த அரசன் ஒரு பள்ளத்தாக்கின் விளிம்பிற்கு வந்து சேர்ந்தான். தனக்குப் போக்கிடம் எதுவும் இல்லாததை அவன் கண்டான். அந்த பள்ளத்தாக்கு ஓராயிரம் அடி உயரம் இருந்தது. கீழே பாறைகள் நிறைந்திருந்தன. அவன் அந்தப் பள்ளத்தாக்கிற்குள் குதித்தால், அவனுக்கு மரணம் நிச்சயம். எதிரிப் படையினரின் குதிரைகளின் சத்தம் வேகமாக நெருங்கிக் கொண்டிருந்தது. என்ன செய்வதென்று தெரியாமல் அவன் பரிதவித்தான். தப்பிக்க அவனுக்கு எந்த வழியும் இருக்கவில்லை.

அப்போது, சூரிய ஒளியில் தன்னுடைய வைர மோதிரம் மின்னியதை அவன் கண்டான். அதற்குள் இருந்த காகிதம் அவனுடைய நினைவுக்கு வந்தது. அவன் அந்தக் காகிதத்தை எடுத்துப் பிரித்து, அதிலிருந்த வாசகத்தைப் படித்தான்: “இதுவும் கடந்து போகும்.” அவன் அதை மீண்டும் மீண்டும் படித்தான். திடீரென்று அவனுக்குப் பொறி தட்டியது. ஆம்! இதுவும் கடந்து போகும்! அவன் இவ்வாறு நினைத்தான்: “ஒரு சில நாட்களுக்கு முன்பு, நான் என்னுடைய ராஜ்ஜியத்தை மகிழ்ச்சியாக அனுபவித்துக் கொண்டிருந்தேன். நான்

சர்வ வல்லமை பொருந்திய அரசனாக இருக்கலாம். ஆனால் இன்று, என்னுடைய ராஜ்ஜியமும் என்னுடைய இன்பங்களும் போய்விட்டன. அந்த ஆடம்பர நாள்கள் காணாமல் போய்விட்டன. நான் இங்கே என் எதிரிகளிடமிருந்து தப்பிக்க முயற்சித்துக் கொண்டிருக்கிறேன். அந்த ஆடம்பர நாள்கள் கடந்து போய்விட்டதுபோல, இந்த ஆபத்தான நாளும் கடந்து போகும்." விரைவில், ஒரு விதமான அமைதி அவனை ஆட்கொண்டது. பயமோ அல்லது பரிதவிப்போ இன்றி அவன் அங்கே வெறுமனே நின்றான். அவன் நின்ற இடம் இயற்கை அழகால் நிறைந்திருந்தது. அவனுடைய ராஜ்ஜியத்தில் இத்தகைய அழகான ஓர் இடம் இருந்ததை அவன் ஒருபோதும் அறிந்திருக்கவில்லை.

'இதுவும் கடந்து போகும்' என்ற செய்தி அவன்மீது ஓர் ஆழமான தாக்கம் ஏற்படுத்தியது. அவன் தன்னுடைய எதிரிகளைப் பற்றி மறந்துவிட்டான். ஒரு சில கணங்களுக்குப் பிறகு, குதிரைகளின் குளம்பொலி பின்வாங்கிக் கொண்டிருந்ததை அவன் உணர்ந்தான். அவனுடைய எதிரிகள் அந்த மலைகளின் வேறொரு பகுதிக்குப் போய்விட்டிருந்தனர்.

அந்த அரசன் உடனடியாகத் தன்னுடைய இராணுவப் படையை மீண்டும் ஒன்றுதிரட்டி, முன்பைவிட அதிகத் துணிச்சலோடு சண்டையிட்டான். அவன் வெற்றிகரமாகத் தன் எதிரியைத் தோற்கடித்து, தன்னுடைய ராஜ்ஜியத்தை மீட்டெடுத்தான். மக்கள் கோலாகலமாக அவனை வரவேற்றனர். ஒட்டுமொத்தத் தலைநகரமும் தன்னுடைய மாமன்னனின் மற்றும் அவனுடைய படையின் வெற்றியைக் கொண்டாடியது.

அவனுடைய குடிமக்கள் ஒரு கொண்டாட்ட மனநிலையில் இருந்தனர். ஒவ்வொரு வீட்டிலிருந்தும் அவன்மீது மலர்கள் தூவப்பட்டன. மக்கள் ஆடிப் பாடித் தங்கள் மகிழ்ச்சியை வெளிப்படுத்தினர். மக்களின் புகழ்ச்சியால் புளகாங்கிதம் அடைந்த அந்த அரசன், "இதுவரை வாழ்ந்துள்ள மாபெரும் மன்னர்களில் ஒருவன் நான்," என்று பெருமிதத்தோடு முழங்கினான். அக்கணத்தில், சூரிய ஒளியில் அவனுடைய வைர

மோதிரம் மின்னி, வெற்றி வாகை சூடியிருந்தாலும் பணிவாக இருக்கும்படி அவனுக்கு நினைவுபடுத்தியது. அவன் அந்தக் காகிதத்தைத் திறந்து, அதிலிருந்த செய்தியை மீண்டும் படித்தான்:

இதுவும் கடந்து போகும்.

வெற்றியும் துன்பமும் வரும், போகும் என்பதையும், அவை இரண்டுக்குமே உத்தரவாதம் இல்லை என்பதையும் அந்த அரசன் உணர்ந்து கொண்டான். வாழ்வின் ஏற்ற இறக்கங்களைத் தாங்குதிறனுடனும் சரியான கண்ணோட்டத்துடனும் எவ்வாறு எதிர்கொள்ள வேண்டும் என்பதை இக்கதை நமக்குக் கற்றுக் கொடுக்கிறது. விஷயங்கள் எவ்வளவு கடுமையாக இருப்பதுபோலத் தோன்றினாலும் சரி, சூழல்கள் மாறும் என்பதை நினைவில் கொள்ள வேண்டியது இன்றியமையாதது. “இதுவும் கடந்து போகும்” என்ற யோசனையை உள்வாங்கிக் கொள்வதன் மூலம், கஷ்டங்களைத் தாங்கிக் கொள்வதற்கும், வெற்றி மேல் வெற்றி வந்து குவியும்போதும் பணிவாக இருப்பதற்குமான வலிமையை நம்மால் உருவாக்கிக் கொள்ள முடியும். இந்த மனப்போக்கு, தோல்வியைப் பற்றிக் கவலைப்படுவதற்குப் பதிலாக நம்முடைய உள்ளார்ந்த வலிமையின்மீது நம் கவனத்தைக் குவிக்க நம்மை ஊக்குவிக்கிறது. இறுதியில், பிரகாசமான நாள்கள் நமக்காகக் காத்திருக்கின்றன என்ற அறிதலோடு, வாழ்வின் சவால்களைத் துணிச்சலோடு எதிர்கொள்வதற்கான ஆற்றலை அது நமக்கு வழங்குகிறது.

சரியான விஷயங்களைச் செய்வதில் உறுதியாக இருங்கள்

“வெறும் ஸ்பிரெட்ஷீட்டுகளை மட்டுமே நாள் முழுவதும் தான் கையாள வேண்டியிருக்கும் என்றால் மைக்கலேஞ்சலோகூடத் தன் படுக்கையைவிட்டு எழுந்திருக்கக் கஷ்டப்பட்டிருப்பார். லியோனார்டோ டாவின்சி ஒரு பெருநிறுவனத்தில் வேலை பார்த்துக் கொண்டிருப்பதாகவோ அல்லது ஓர் அரசு அதிகாரியாகச் செயல்பட்டுக் கொண்டிருப்பதாகவோ கற்பனை செய்வது கடினம்.”

—விசி ஆன்ட்ரூ

“நான் சரியான விஷயத்தைத்தான் செய்து கொண்டிருக்கிறேனா?” என்று உங்களை நீங்களே கேட்டுக் கொள்ள வேண்டியது முக்கியம்.

நீங்கள் செய்து கொண்டிருக்கின்ற வேலை உங்களுக்குப் பிடிக்கவில்லை என்றால் நீங்கள் எப்போதும் தயக்கமாகவே இருப்பீர்கள். ஒரு காரியத்தை மனமுவந்து அர்ப்பணிப்புடன் செய்யாவிட்டால், அது உங்களுக்கு நல்லவிதமான உணர்வைக் கொடுக்காது. நீங்கள் வேறொரு வேலைக்கு மாறியாக வேண்டும் என்று உங்கள் உடல்கூட உங்களிடம் சொல்லத் தொடங்கும். நீங்கள் அசமந்தமாக உணர்ந்தாலோ அல்லது களைத்துப் போனாலோ, நீங்கள் செய்கின்ற வேலை உங்களுக்கு அர்த்தம் வாய்ந்ததாக இல்லை என்பது அதற்குக் காரணமாக இருக்கலாம். உங்களுக்கு அர்த்தம் வாய்ந்ததாக இல்லாத எந்தவொரு விஷயமும் உங்களை ஒருபோதும் ஊக்குவிக்காது.

உங்கள் வேலை உங்களுக்குச் சலிப்பூட்டினாலோ,

உங்களை ஊக்குவிக்காவிட்டாலோ, அல்லது அர்த்தமற்றதாக உங்களுக்குத் தோன்றினாலோ, உங்கள் வாழ்க்கையைப் பற்றி மகிழ்ச்சி கொள்வது உங்களுக்குக் கடினமாக இருக்கும்.

மனநிறைவளிக்கின்ற ஒரு வாழ்க்கையை வாழ்வதைவிட அதிக முக்கியமான வேலை வேறு எதுவும் இல்லை என்பதை நினைவில் கொள்ளுங்கள். நீங்கள் விரும்புகின்ற ஒரு வேலையைச் செய்து கொண்டிருப்பது சில நேரங்களில் கடினமாக இருந்தாலும், சலிப்பூட்டுகின்ற, சுலபமான வேறு எந்தவொரு வேலையையும்விட அதிக மனநிறைவை அது உங்களுக்குக் கொண்டுவரும்.

உங்களுக்குப் பிடித்தமானதைப் பின்தொடர்ந்து செல்வது முக்கியமானது. ஏனெனில், அவ்வாறு செய்வதன் மூலம், நீங்கள் அளப்பரிய உற்சாகத்துடனும் மனநிறைவுடனும் வேலை செய்வதை நீங்கள் காண்பீர்கள். எடுத்துக்காட்டாக, ஓவியம் தீட்டும் வேலைதான் உங்களுக்குப் பிடித்திருக்கிறது என்றால், நீங்கள் ஒரு கணக்கராக ஆவதில் எந்தப் பயனும் இல்லை. வருங்காலத்தில் என்றோ ஒரு நாள் நீங்கள் மனநிறைவின்றித் தவிப்பீர்கள்.

வேலையே மகிழ்ச்சி

நீங்கள் ஏதோ ஒரு வகையான வேலையைச் செய்வதில் உங்கள் வாழ்நாளின் பெரும் பகுதியைக் கழிப்பீர்கள். உங்களுக்கு என்ன வேண்டும் என்பதை நீங்கள் தேர்ந்தெடுக்காவிட்டால், வேறு யாரேனும் அதை உங்களுக்காகச் செய்வார்கள், அது உங்களுக்குப் பிடிக்காமல் போகலாம். நீங்கள் ஒரு தோட்டக் கலை வல்லுநராக ஆக விரும்பியிருந்து, நீங்கள் சட்டம் பயில வேண்டும் என்று உங்கள் பெற்றோர் உங்களை வற்புறுத்தினால், உங்கள் வருங்காலத் தொழில்வாழ்க்கை உங்களுக்கு எப்போதும் ஒரு சுமையாகவே இருக்கும். மாறாக, உங்களுடைய உள்ளார்ந்த விருப்பங்களுடன்

இசைவானதாக இருக்கின்ற ஒரு தொழிலை நீங்கள் தேர்ந்தெடுத்தால், நீங்கள் மகிழ்ச்சியாக இருப்பீர்கள். உங்கள் வேலைதான் மகிழ்ச்சிக்கான பாதை. உங்கள் வேலை உங்களுக்குப் பிடிக்காவிட்டால், உங்களால் மகிழ்ச்சியாக இருக்க முடியாது. உங்கள் வேலை உங்களுக்குப் பிடிக்காவிட்டால், அதைச் செய்வதற்கான ஊக்கம் உங்களுக்கு ஒருபோதும் இருக்காது. மறுபுறம், உங்கள் வேலை உங்களுக்குப் பிடித்திருந்தால், அதைச் செய்வதற்கு நீங்கள் ஒருநாளும் சோம்பேறித்தனப்பட மாட்டீர்கள். சோம்பேறித்தனம் என்ற வார்த்தையையே நீங்கள் உங்கள் அகராதியிலிருந்து அகற்றிவிடுவீர்கள். உங்களுக்கு நான் ஒன்று சொல்லிக் கொள்ள விரும்புகிறேன்: நீங்கள் செய்கின்ற வேலை உங்களுக்குப் பிடிக்கவில்லை என்றால், அதை முடிந்த அளவு விரைவாக மாற்றுவதற்கான ஒரு வழியைக் கண்டுபிடிக்கத் தொடங்குங்கள். உங்கள் ஆழ்விருப்பத்தைத் தூண்டிவிடுகின்ற, உங்கள் இலக்குகளுடன் இசைவாக இருக்கின்ற ஒரு வேலையைத் தேடுங்கள்.

உங்களுடைய அகக் குரலைச் செவிமடுங்கள்; அது உங்களை வழிநடத்தும்.

கடினமான விஷயங்களிடமிருந்து விலகி ஓடாதீர்கள்

நீங்கள் விரும்புகின்ற ஒரு வேலையைச் செய்வது என்றால், உங்கள் வேலையின் சிக்கலான அம்சங்களிடமிருந்து விலகி ஓடுவது என்று அர்த்தமாகாது. நீங்கள் மெத்தனமானவராக ஆகலாம், உங்கள் வேலையை முழு அர்ப்பணிப்புடன் செய்யாமல் இருக்கலாம் என்றும் அது அர்த்தமாகாது.

பொதுவாக, நாம் புதிதாக ஒன்றைச் செய்யத் தொடங்கும்போது, நாம் மிகுந்த ஊக்கத்தோடும் உண்மையான அர்ப்பணிப்போடும் அதைச் செய்வோம். அந்த ஆரம்ப ஊக்குவிப்பு மங்கி மறையும்போது, யதார்த்தம் உள்ளே நுழையும், சவால்கள் தோன்றத் தொடங்கும். இங்கேதான் பிரச்சனை எழும்.

ஒவ்வொரு காரியமும் அதிக சவாலானதாகத் தோன்றும். அக்கணத்தில் நாம் நம் வேலையை வெறுக்கத் தொடங்குவோம். அந்த வேலை நம்முடைய ஆழ்விருப்பமாக இருந்தால்கூட, நாம் சில தடைகளை எதிர்கொள்ளக்கூடும். அவற்றிலிருந்து நாம் மீள வேண்டும். உங்கள் ஆழ்விருப்பத்தைப் பின்தொடர்வது, நீங்கள் எப்போதும் மகிழ்ச்சியாக இருப்பீர்கள் என்பதற்கான உத்தரவாதத்தைக் கொடுக்காது.

வின்சென்ட் வான் காவுக்கு 27 வயதாக இருந்தபோது, ஓவியம் வரைவதற்கு அவர் தன்னை முழுமையாக அர்ப்பணித்துக் கொண்டார். அவர் மிகத் தீவிரமாக உழைத்தார். ஓவியம் தீட்டுவதுதான் அவருடைய ஒட்டுமொத்த வாழ்க்கையாக இருந்தது. அவர் மிகவும் ஆக்கபூர்வமாகச் செயல்பட்டார். அவர் மின்னல் வேகத்தில் ஓவியங்களை வரைந்தார். ஆனால், அவர் ஒரு மேதையாகவும் கடும் உழைப்பாளியாகவும் இருந்தபோதிலும், பொருளாதாரரீதியாக அவர் மிகவும் போராடினார். ஏனெனில், அவருடைய ஓவியங்கள் விலை போகவில்லை.

அவருடைய தம்பியான தியோ வான் கா பொருளாதாரரீதியாக அவருக்கு உதவினார். வின்சென்ட் வான் கா தன் வாழ்நாளின் பிற்பகுதியில் மனநலம் பாதிக்கப்பட்டார். 1890 ஜூலை 27 அன்று, அவர் ஒரு வயல்வெளியில் தன்னந்தனியாக ஓவியம் வரைந்து கொண்டிருந்தபோது ஒரு துப்பாக்கியால் தன்னைத் தானே சுட்டுக் கொண்டு இறந்து போனார்.

வான் காவின் துயரமான முடிவு நமக்கு ஒரு விஷயத்தை நினைவூட்டுகிறது: ஆழ்விருப்பம் மட்டுமே மகிழ்ச்சிக்கோ அல்லது வெற்றிக்கோ உத்தரவாதம் அளிப்பதில்லை. நாம் நம்முடைய கனவுகளைப் பின்தொடரும்போது வரக்கூடிய சவால்களை எதிர்கொள்ளவும் அவற்றிலிருந்து மீளவும் நாம் தயாராக இருக்க வேண்டும்.

இறுதியாக, நாம் நம்மிடம் துணிச்சலையும் விடாமுயற்சியையும் வளர்த்துக் கொள்ள வேண்டும்; முட்டுக்கட்டைகளைத் தகர்த்தெறிவது மனநிறைவை

நோக்கிய பயணத்தின் ஒரு பகுதி என்பதை நாம் புரிந்து கொள்ள வேண்டும்.

முன்னுரிமைப்படுத்தக் கற்றுக் கொள்ளுங்கள்

உங்களால் எல்லாவற்றையும் செய்ய முடியாது. உங்கள் ஆற்றலுக்கு ஒரு வரம்பு உள்ளது. அதை உங்களால் முடிந்த அளவு சிறப்பான விதத்தில் நீங்கள் செலவிட வேண்டும். நீங்கள் உங்கள் ஆற்றலை அளவுக்கதிகமாகச் செலவிட்டால், நீங்கள் களைத்துப் போவீர்கள், எதையும் சாதிக்காமல் போவீர்கள். அக்கட்டத்தில் நீங்கள் உங்கள் முயற்சியைக் கைவிடக்கூடும். ஏனெனில், உங்களுடைய முயற்சிகளுக்கான வெகுமதி அப்போது அவ்வளவாக உங்களுக்குக் கிடைத்திருக்காது. சில குறிப்பிட்ட வேலைகளில் உங்கள் ஆற்றலைக் குவிப்பது அதிக ஆக்கபூர்வமானதாக இருக்கும்.

கவர்ந்திழுங்கள், துரத்திச் செல்லாதீர்கள்

வாழ்வில் நீங்கள் கற்றுக் கொள்ளக்கூடிய இன்னொரு பயனுள்ள படிப்பினை, எல்லாவற்றையும் துரத்திச் செல்லாமல் இருப்பது. மாறாக, உங்களை ஆகச் சிறந்தவராக ஆக்கிக் கொள்வதன்மீது கவனத்தைக் குவியுங்கள். அப்போது, நீங்கள் எதை நாடுகிறீர்களோ, அதை நீங்கள் கவர்ந்திழுப்பீர்கள். உங்கள்மீது கவனத்தைக் குவிப்பதன் மூலம், எல்லாம் நல்லவிதமாக முடியும்.

நீங்கள் மகத்தானவர்!

உங்கள் கனவுகளை அடையத் தேவையான அளவு நீங்கள் போதுமானவரல்லர் என்று உங்களுக்கு நீங்களே பல முறை கூறியிருக்கக்கூடும். இந்த வகையான எதிர்மறையான சுயபேச்சு, தகர்த்தெறியப்படக்கூடிய

ஒரு பழக்கமாகும். நீங்கள் உங்களுடைய மிக மோசமான எதிரியாக இருப்பதற்குப் பதிலாக, உங்களை நீங்களே ஊக்குவிக்கும் விதத்தில் பேசத் தொடங்குங்கள். நீங்கள் மனம் வைத்தால், நீங்கள் விரும்புகின்ற எதை வேண்டுமானாலும் உங்களால் செய்ய முடியும்.

உங்களை நீங்களே சிறுமைப்படுத்திக் கொள்வதற்குப் பதிலாக, சில குறிப்பிட்ட விஷயங்களில் நீங்கள் எவ்வளவு திறமைசாலி என்பதை உங்களுக்கு நீங்களே நினைவுபடுத்திக் கொண்டு உங்களுடைய தன்னம்பிக்கையை அதிகரித்துக் கொள்ளுங்கள். மக்கள் தொடர்ந்து சோம்பேறிகளாக இருப்பதற்கான முக்கியக் காரணங்களில் ஒன்று என்னவென்றால், தாங்கள் போதுமானவர்கள் அல்லர் என்று அவர்கள் நம்புகின்றனர். நீங்கள் மகத்தானவர் என்று உங்களிடம் கூறத் தொடங்குங்கள், அதை உண்மையிலேயே நம்புங்கள்!

கச்சிதமானவராக இருக்காதீர்கள்

“கச்சிதவாதம் என்பது ஒரு நோய். காலம் தாழ்த்துதல் என்பது ஒரு நோய். செயல்நடவடிக்கைதான் அவற்றுக்கான மருந்து.”

—ரிச்சி நார்ட்டன்

கச்சிதவாதம் ஒரு மோசமான விஷயம் என்று நான் கூறவில்லை, ஆனால் உங்கள் வாழ்வில் ஒவ்வோர் அம்சத்திலும் கச்சிதமாக இருப்பது என்பது சாத்தியமற்றது. அழகான விஷயங்கள் இருப்பதற்குக் காரணம், சிறு விவரங்களில் யாரோ ஏராளமான நேரத்தைச் செலவிடுவதுதான். கச்சிதமின்மையிலும் அழகு இருக்கிறது. மோனா லிசா ஓவியத்தை நினைத்துப் பாருங்கள், நான் என்ன சொல்ல வருகிறேன் என்பது உங்களுக்குப் புரியும். உலகம் அழகாக இருப்பதற்குக் காரணம் அதன் கச்சிதமான விஷயங்களும் கச்சிதமற்ற விஷயங்களும்தாம்.

லியோனார்டோ டாவின்சி சிறு விவரங்களில் மிகுந்த கவனம் செலுத்தினார். ஓர் ஓவியத்தை வரைவதற்கு அவர் பல ஆண்டுகள் எடுத்துக் கொண்டார். மிலானின் தேவாலயத்தை வடிவமைத்தபோது, அவர் நூற்றுக்கணக்கான டிசைன்களை உருவாக்கினார். அவருடைய மிகப் பிரபலமான மோனா லிசா ஓவியத்தை வரைவதற்கு அவருக்குப் பத்து ஆண்டுகளுக்கு மேல் ஆயின. இருப்பினும், அவர் தன் வாழ்வின் பிற பகுதிகளில் கச்சிதமானவராக இருந்திருப்பார் என்று எனக்குத் தோன்றவில்லை.

ஸ்டீவ் ஜாப்ஸும் சிறு விவரங்களில் மிகுந்த கவனம் செலுத்தினார். முதல் மேக்கின்டாஷ் கணினியை அவர் வடிவமைத்தபோது, சர்க்கியூட் போர்டின் ஒயர்கள் நேராகவும் அழகாகவும் இருக்க வேண்டும் என்பதில் அவர் விடாப்பிடியாக இருந்தார். நேரம் மற்றும் முயற்சியைப் பொறுத்தவரை அவருடைய அந்தப் பிடிவாதம் மதிப்பு வாய்ந்ததுதானா? அவரைப் பொறுத்தவரை மதிப்பு வாய்ந்ததுதான்.

உங்களுக்கு மிகவும் அர்த்தம் வாய்ந்த ஏதோ ஒன்றை நீங்கள் உருவாக்கிக் கொண்டிருக்கிறீர்கள் என்றால், அது முடிந்த அளவு கச்சிதமாக இருக்க வேண்டும் என்று நீங்கள் விரும்புவீர்கள். ஆனால், புல் வெட்டுதல் போன்ற ஒரு சாதாரணமான வேலையைச் செய்யும்போது, ஒவ்வொரு புல்லும் கச்சிதமாக இருக்கும்படி வெட்டுவது அவசியம்தானா? எப்படி இருந்தாலும், ஒரு சில வாரங்களில் அது மீண்டும் வளரத்தானே போகிறது?

நான் என்ன சொல்ல வருகிறேன் என்றால், நீங்கள் எல்லாவற்றிலும் கச்சிதமானவராக இருக்க வேண்டியதில்லை. சில சமயங்களில் அது அவசியம், பிற சமயங்களில் அது அவசியமில்லை. எப்போதுமே கச்சிதமானவராக இருப்பதற்குப் பதிலாக, சூழ்நிலைக்கு ஏற்ப நடந்து கொள்ளுங்கள். அப்போது, உங்களுக்கு அர்த்தம் வாய்ந்த விஷயங்களில் உங்கள் ஆற்றலை உங்களால் செலவிட முடியும்; பிற சலிப்பூட்டும் வேலைகளை அவ்வளவாகக் காலம் தாழ்த்தாமல் உங்களால் செய்து முடிக்க முடியும்.

ராபர்ட் ஷுல்லரின் ஓர் அற்புதமான மேற்கோள் இது:

> *"கச்சிதமாக எதுவுமே செய்யாமல் இருப்பதைவிட,*
> *கச்சிதமின்றி எதையேனும் செய்வது சிறந்தது."*

கச்சிதத்தைவிட ஒன்றைச் செய்து முடிப்பது சிறந்தது

ஒரு சில நிமிடங்களில் செய்து முடிக்கப்படக்கூடிய ஒரு வேலைக்குப் பல நாட்களைச் செலவிடுவதில்

எந்த அர்த்தமும் இல்லை. ஒரு வேலையைத் திருப்திகரமாகச் செய்து முடிப்பதற்கும், ஒவ்வொரு வேலையிலும் கச்சிதத்தை நாடுவதற்கும் இடையே ஒரு வேறுபாடு இருக்கிறது. ஒரு வேலையைச் சிறப்பாகச் செய்து முடிப்பது, அதன் ஒவ்வொரு சிறு விபரம் குறித்து மன அழுத்தம் கொண்டு அந்த வேலையைச் செய்யாமலேயே இருப்பதைவிடச் சிறந்தது. கச்சிதம் குறித்து நீங்கள் எப்போதும் கவலைப்பட்டுக் கொண்டே இருந்தால், நீங்கள் அந்த வேலையைத் துவக்குவதற்கு முன்பே திக்குமுக்காடிப் போய் உங்கள் முயற்சியைக் கைவிட்டுவிடுவீர்கள்.

சராசரிக்குக் கீழானவராக இருக்காதீர்கள்

"சராசரித்தனம் வெறுமனே நிகழ்வதில்லை. ஒவ்வொரு நாளும் மேற்கொள்ளப்படுகின்ற சிறு தேர்ந்தெடுப்புகளின் ஊடாக அது உருவாக்கப்படுகிறது."

—டாட் ஹென்ரி

நாம் மகத்தானவராக ஆகலாம் அல்லது சராசரிக்கும் கீழானவராக ஆகலாம். அதை நாம்தான் தேர்ந்தெடுக்கிறோம். மகத்தானவராக ஆவது ஒரு சுலபமான காரியமன்று. நீங்கள் ஒவ்வொரு நாளும் உங்களால் முடிந்த அளவு சிறப்பாகச் செயல்பட வேண்டும். தோல்விகள் நிச்சயமாக இருக்கும். நீங்கள் கடுமையாகப் போராடுவீர்கள். ஒரு சராசரி நபராக இருப்பதுதான் உங்கள் வாழ்வின் இலக்கு என்றால், நீங்கள் அதிகமாக எதுவும் செய்ய வேண்டியதில்லை. சராசரிக்குக் கீழான நபர்கள் தங்களால் முடிந்த அளவு சிறப்பாகச் செயல்படுவதில்லை, விஷயங்களை உள்ளது உள்ளபடியே ஏற்றுக் கொள்கின்றனர். ஏனெனில், அவற்றை மேம்படுத்துவது கடினமாக இருக்கும் என்பதை அவர்கள் அறிவர்.

99 சதவீத மக்கள் தாங்கள் விரும்புவதைவிடக் குறைவானவற்றை ஏற்றுக் கொள்கின்றனர். தாங்கள் வெறுக்கின்ற வேலையை அவர்கள் ஏற்றுக் கொள்கின்றனர்; பிறகு, தாங்கள் ஏன் ஆக்கபூர்வமாகச் செயல்படுவதில்லை, தங்களுக்கு ஏன் ஊக்குவிப்பு இல்லை என்று அவர்கள் யோசிக்கின்றனர். காலையில்

கண்விழிக்கும்போது, தங்கள் வேலையைச் செய்வதற்கான ஆற்றல் அவர்களுக்கு இருப்பதில்லை.

நீங்கள் வெறுக்கின்ற ஒன்றைச் செய்வதற்கு உங்களால் எப்படி மகிழ்ச்சியாகக் கண்விழிக்க முடியும்?

> *"உங்கள் வேலை உங்கள் வாழ்வின் ஒரு பெரும் பகுதியை ஆக்கிரமிக்கிறது. நீங்கள் உண்மையிலேயே மனநிறைவு பெறுவதற்கான ஒரே வழி, நீங்கள் செய்கின்ற வேலை மகத்தானது என்று நம்புவதுதான். மகத்தான ஒரு வேலையைச் செய்வதற்கான ஒரே வழி, நீங்கள் விரும்புவதைச் செய்வதுதான். அதை நீங்கள் இன்னும் கண்டுபிடித்திருக்காவிட்டால், தொடர்ந்து தேடுங்கள். சமரசம் செய்து கொள்ளாதீர்கள். இதயம் தொடர்பான பிற விஷயங்களைப்போலவே, அதை நீங்கள் கண்டுபிடிக்கும்போது நீங்கள் அறிவீர்கள்."*
>
> **—ஸ்டீவ் ஜாப்ஸ்**

யாரும் சராசரிக்குக் கீழானவராக இருக்க விரும்புவதில்லை. உங்களுக்கு சந்தேகம் இருந்தால், யாரேனும் ஒருவரிடம், "நீங்கள் சராசரிக்குக் கீழானவராக ஆக விரும்புகிறீர்களா?" என்று கேட்டுப் பாருங்கள். "இல்லை," என்ற பதில்தான் எப்போதும் உங்களுக்குக் கிடைக்கும்.

சராசரிக்கும் கீழானதை மக்கள் ஏற்றுக் கொள்வதற்கான ஒரு மிகப் பெரிய காரணம், அவர்களைச் சுற்றி இருக்கின்ற எல்லோரும் சராசரிக்குக் கீழானவர்களாக இருப்பதுதான். அவர்களுக்கு மத்தியில் நீங்கள் ஒரு இலட்சியவாதியாகச் செயல்பட முயற்சித்தால், உங்கள் இலட்சியத்தைத் தகர்த்தெறிவதற்கு அவர்கள் எல்லா விதமான முயற்சிகளும் மேற்கொள்வர். நீங்கள் பிரகாசிப்பதை அவர்கள் விரும்புவதில்லை. ஏனெனில், அது அவர்களை மங்கலாக்கிவிடும். தாங்கள் தங்கள் ஆற்றலை வீணடித்துள்ளதை அவர்கள் உள்ளூர அறிவர்.

நாம் குழந்தைகளாக இருக்கும்போது, நமக்குப் பல்வேறு கனவுகளும் ஆழ்விருப்பங்களும் இருக்கும். நாம் வளர வளர, ஏதோ நிகழ்கிறது, சராசரிக்குக்

கீழானதை நாம் மனதார ஏற்றுக் கொள்கிறோம். நாம் மெத்தனமடைந்துவிடுகிறோம்.

காலப்போக்கில், வாழ்க்கையை வாழ்வதைவிட வாழ்க்கையை வெறுமனே ஓட்டத் தொடங்குகிறோம்.

பிரம்மாண்டமாகச் சிந்தியுங்கள்!

நீங்கள் தோல்வியுற்றால்கூட, உங்கள் வரம்பை விரிவுபடுத்த நீங்கள் ஒருபோதும் முயற்சிக்கவில்லை என்ற பின்வருத்தத்தைவிட அது சிறந்ததாக இருக்கும்.

நீங்கள் ஒரு 80 வயது நபராக உங்களை நினைத்துக் கொள்ளுங்கள். நீங்கள் உலகத்தைச் சுற்றிப் பார்க்க விரும்புகிறீர்கள், உங்கள் கனவுகளைப் பின்தொடர விரும்புகிறீர்கள், உங்கள் வாழ்க்கையை மற்றவர்களுடைய விருப்பப்படி இல்லாமல் உங்கள் விருப்பப்படி வாழ விரும்புகிறீர்கள்.

உங்களுக்கு இன்னும் நேரம் இருக்கிறது. குறைந்தபட்சம் இப்போதைக்கு. ஒரு நாள், எதையும் செய்வதற்கு உங்களுக்கு நேரமில்லாமல் போய்விடும். மரணம் உங்கள் வாசலில் வந்து நிற்கும்.

அதனால்தான், நீங்கள் விரும்புவதைச் செய்வதன் மூலம் வாழ்க்கையை வாழ்வது மிக முக்கியமானதாக இருக்கிறது. உங்களுக்கு வெகுமதிகளோ அல்லது உற்பத்தித்திறன் உத்திகளோ தேவையில்லை. ஏனெனில், உங்கள் இலட்சிய உணர்வு நீங்கள் சோம்பேறியாக இருப்பதிலிருந்து உங்களைத் தடுத்துவிடும்.

- உங்கள் வேலை உங்களுக்குப் பிடிக்காவிட்டால், அதை மாற்றுங்கள்.
- உங்கள் நண்பர்களை உங்களுக்குப் பிடிக்காவிட்டால், அவர்களை மாற்றுங்கள்.
- நீங்கள் சிந்திக்கும் விதம் உங்களுக்குப் பிடிக்காவிட்டால், அதை மாற்றுங்கள்.
- உங்கள் வாழ்க்கையை உங்களுக்குப் பிடிக்காவிட்டால், அதை மாற்றுங்கள்.

ஒரு மகத்தான வாழ்க்கை, சராசரிக்குக் கீழான ஒரு வாழ்க்கையைவிட அதிகக் கடினமானது என்பதை நினைவில் கொள்ளுங்கள். ஒரு மகத்தான வாழ்க்கையை அடைவது எளிதன்று, ஆனால் அந்தப் பாதை பெரும் மதிப்பு வாய்ந்ததாக இருக்கும்!

ஒரு நேரத்தில் பல வேலைகளைச் செய்தல் எனும் மாயை

“இரண்டு முயல்களைத் துரத்திச் செல்கின்ற ஒருவன் அவற்றில் ஒன்றைக்கூடப் பிடிப்பதில்லை.

—கன்ஃபூசியஸ்

1998 டிசம்பர் 11 அன்று, செவ்வாய்க்கிரகத்தின் தட்பவெப்பநிலையை ஆய்வு செய்வதற்காக, ‘மார்ஸ் கிளைமேட் ஆர்பிட்டர்’ என்ற ஆளில்லா விண்ணாய்வி ஒன்றை நாசா விண்வெளியில் ஏவியது. அந்த விண்ணாய்வியை உருவாக்குவதற்கு 12.5 கோடி டாலர்கள் செலவாயின. 1999 செப்டம்பர் 23 அன்று, அது செவ்வாய்க்கிரகத்தின் சுற்றுப்பாதைக்குள் நுழைந்தது. திடீரென்று, அந்த விண்ணாய்விக்கும் நாசாவுக்கும் இடையேயான தொடர்பு துண்டிக்கப்பட்டது. அது ஓர் எளிய தவற்றினால் நிகழ்ந்தது. நாசா பொறியாளர்கள் ஆங்கில அலகுகளை மீட்டர் முறை அலகுகளுக்கு மாற்றத் தவறியிருந்தனர். அந்த விண்ணாய்வி, செவ்வாய்க்கிரகத்திற்கு மிக அருகே சென்றுவிட்டதால் அது முற்றிலுமாக நாசமாயிற்று.

இந்த எடுத்துக்காட்டு, ஒரே நேரத்தில், குறிப்பாக, துல்லியமும் சிறு விவரங்கள்மீது கவனமும் இன்றியமையாதவையாக இருக்கின்ற சூழ்நிலைகளில், பல வேலைகளைச் செய்வதிலுள்ள பாதகங்களை விளக்குகிறது. நாசாவின் விஷயத்தில், அந்தப் பொறியாளர்கள் ஏகப்பட்ட வேலைகளை ஒரே நேரத்தில் கையாள வேண்டியிருந்திருக்கும். இது கவனக்குறைவுக்கும் தவற்றுக்கும் வழி வகுத்தது.

ஒரு நேரத்தில் பல வேலைகளைச் செய்தல் என்ற யோசனை, கேட்க நன்றாக இருந்தாலும், அது எப்போதும் பலனளிப்பதில்லை. நாம் ஒரே நேரத்தில் பல முக்கியமான விஷயங்கள்மீது கவனம் செலுத்தும்போது, ஏதோ ஒன்று தவறாகப் போகும். ஒரே நேரத்தில் இரண்டு முக்கியமான வேலைகள்மீது கவனம் செலுத்த முயற்சிப்பது உங்கள் செயல்திறனைக் குறைத்து, நீங்கள் அவ்விரண்டில் எதையுமே வெற்றிகரமாகச் செய்து முடிக்க முடியாதபடி செய்துவிடும். நீங்கள் களைத்தும் போவீர்கள்.

இக்கணத்தில் நீங்கள் என்ன செய்து கொண்டிருந்தாலும் சரி, அதன்மீது நீங்கள் முழுமையான கவனம் செலுத்த வேண்டும். நீங்கள் எவ்வளவு அதிகமாக ஒரு வேலையிலிருந்து இன்னொரு வேலைக்குத் தாவுகிறீர்களோ, உங்கள் உற்பத்தித்திறன் அவ்வளவு குறையும். நீங்கள் களைத்துப் போயிருக்கும்போது, சிறு விவரங்கள்மீது கவனம் செலுத்துவது கடினமாக இருக்கும்.

உங்கள் உற்பத்தித்திறனை மேம்படுத்துவதற்கான சிறந்த வழி, ஒரு நேரத்தில் ஒரு வேலையின்மீது கவனம் செலுத்துவதுதான். முக்கியமான விஷயங்களை கவனக்குறைவுடன் செய்யக்கூடாது. அவற்றுக்கு உங்களுடைய முழுக் கவனமும் தேவை. நீங்கள் மூன்று வேலைகளைச் செய்ய வேண்டியிருப்பதாக வைத்துக் கொள்வோம். அவற்றை ஒவ்வொன்றாக முடிப்பதுதான் சிறந்த அணுகுமுறையாகும். மூன்றையும் ஒரே நேரத்தில் செய்ய முயற்சிப்பதும், ஒவ்வோர் ஐந்து நிமிடங்களுக்கும் இன்னொரு வேலைக்குத் தாவுவதும் உங்களுடைய உற்பத்தித்திறனைக் குறைத்துவிடும். உங்கள் கவனம் தொடர்ந்து சிதறிக் கொண்டே இருந்தால், உங்கள் கவனக்குவிப்பு பாதிக்கப்படும், அதன் விளைவாக உங்கள் உற்பத்தித்திறன் பாதிக்கப்படும். எனவே, உங்கள் மனம் ஒரு நேரத்தில் ஒரு வேலையின்மீது மட்டுமே குவிந்திருப்பதை உறுதி செய்து கொள்ளுங்கள்.

தினசரி நடைமுறை

"நீங்கள் தினசரி செய்கின்ற ஏதோ ஒன்றை மாற்றினாலொழிய, உங்கள் வாழ்க்கையை நீங்கள் ஒருபோதும் மாற்ற மாட்டீர்கள். உங்கள் வெற்றியின் இரகசியம் உங்கள் தினசரி நடைமுறையில்தான் ஒளிந்துள்ளது."

—ஜான் சி. மேக்ஸ்வெல்

ஒரு தினசரி நடைமுறையை உருவாக்குவது மிகவும் முக்கியம். அது இல்லாமல் உங்களால் உங்கள் வேலையை ஒழுங்காகச் செய்ய முடியாது. சில நாள்கள், நீங்கள் ஊக்கத்தோடு சிறப்பாகச் செயல்படுவீர்கள்; மற்ற நாள்கள், நீங்கள் ஊக்கமிழந்து காலம் தாழ்த்துவீர்கள்.

ஒரு சீரான செயல்பாட்டை உருவாக்குவதற்குத் தினசரி நடைமுறை வெகுவாக உதவும். அது நீங்கள் அதிகக் கவனக்குவிப்புடன் செயல்படவும், முக்கியமான பணிகளைச் செய்து முடிக்கவும் உங்களுக்கு உதவும். ஒரு தினசரி நடைமுறை இல்லாவிட்டால், நீங்கள் எளிதில் சோம்பேறித்தனத்திற்கு அடிமையாகிவிடுவீர்கள், அல்லது முக்கியமான வேலைகளைப் புறக்கணித்துவிட்டு எளிதான வேலைகளைச் செய்வதைத் தேர்ந்தெடுப்பீர்கள்.

நீங்கள் தினமும் செய்கின்ற விஷயங்கள்தாம் உங்கள் வருங்காலத்தை வடிவமைக்கப் போகின்றன. கடந்த சில ஆண்டுகளில் நீங்கள் செய்துள்ளவற்றின் மொத்தம்தான் நீங்கள். நீங்கள் உங்களை மாற்றிக் கொள்ள விரும்பினால், நீங்கள் தினசரி செய்கின்றவற்றை நீங்கள் மாற்றியாக வேண்டும்.

உங்கள் மனம், அடுத்து என்ன செய்ய வேண்டும் என்று சிந்திப்பதை நிறுத்துவதற்கும் ஒரு தினசரி நடைமுறை உதவிகரமாக இருக்கும். உங்களுடைய தினசரி நடைமுறையை உங்கள் தேவைகளுக்கு ஏற்ப நீங்கள் மாற்றியமைத்துக் கொள்ளலாம், ஆனால் அதை நீங்கள் இப்போதே செய்துவிடுவது நல்லது. நேற்றைய தினத்தைத் திரும்பிப் பார்த்து, எது மேம்படுத்தப்படலாம் என்பதைக் கண்டறியுங்கள். பிறகு அதை இன்றைய தினம் செய்துவிடுங்கள்.

லியோ டால்ஸ்டாயின் தினசரி வழக்கம் இது:

லியோ டால்ஸ்டாய் 1828 செப்டம்பர் 9 அன்று பிறந்தார். அவருக்குப் பதினெட்டு வயதாக இருந்தபோது, தன்னுடைய 'தினசரி நடவடிக்கைகள் நாட்குறிப்பு' ஒன்றை அவர் தொடங்கினார். அதில், எழுதுதல், படித்தல் போன்ற வேலைகளுக்குத் தான் செலவிடத் திட்டமிட்டிருந்த நேரங்களை அவர் குறித்துக் கொண்டார். பிறகு, தான் அந்த வேலைகளை எவ்வளவு சிறப்பாகச் செய்திருந்தோம் என்பதைப் பற்றி அவர் எழுதினார்.

அவர் தினமும் காலை 5 மணிக்கு எழுந்துவிடுவார், பிறகு 1 மணிநேரம் நடைப்பயிற்சி செய்வார். தினமும் எழுதுதல் என்ற பழக்கத்தை அவர் தீவிரமாகக் கடைபிடித்தார். நாளின் நடுவே 2 மணிநேரம் அவர் தூங்கினார். அவர் எப்போதும் தனிமையிலேயே வேலை செய்தார். இரவு 10 மணிக்குள் அவர் தூங்கப் போய்விடுவார்.

அவருடைய தினசரி நடைமுறை அவருடைய சாதனைகளுக்குப் பெரும் பங்களித்தது. அவர் தன்னுடைய காலத்தின் தலைசிறந்த நாவலாசிரியர்களில் ஒருவராக ஆனதில் வியப்பேதும் இல்லை.

நீங்கள் காலையில் எத்தனை மணிக்கு எழுந்திருக்க வேண்டும்?

காலையில் எழுந்திருப்பதற்கான சிறந்த நேரம் குறித்து நீங்கள் ஏகப்பட்ட அறிவுரைகளைச்

செவிமடுத்திருப்பீர்கள். ஆனால், உங்களுக்கு எது சிறந்தது என்பதை நீங்கள்தான் தீர்மானிக்க வேண்டும். சிலர் 5 மணிக்கு எழுந்திருப்பது தங்களுக்குப் பயனுள்ளதாக இருப்பதாகக் கூறுகின்றனர். மற்றவர்களுக்குக் கூடுதல் நேரத் தூக்கம் தேவைப்படுகிறது. 7 மணிக்கு எழுந்திருப்பது தங்களுக்குச் சிறப்பானதாக இருப்பதாக அவர்கள் கூறுகின்றனர். நான் உங்களுக்குக் கூறக்கூடிய அறிவுரை இதுதான்: உங்களுக்கு ஏற்ற ஒரு நேரத்தை நிர்ணயித்துக் கொண்டு, தினமும் தவறாமல் அந்த நேரத்தில் எழுந்துவிடுங்கள்.

பின்வரும் கேள்வியை உங்களை நீங்களே கேட்டுக் கொள்ளுங்கள்: “காலையில் எத்தனை மணிக்கு எழுந்தால் என்னுடைய நாள் ஆக்கபூர்வமானதாக இருக்கும்? எது நான் என் இலக்குகளை அடைய உதவும்?” உங்களுடைய வருங்காலத்தை மனத்தில் வைத்து யோசித்துக் கொள்ளுங்கள்.

சரியான தேர்ந்தெடுப்பை மேற்கொள்ளுங்கள், சுலபமானதை அன்று.

தனியாக அமர்ந்திடுங்கள்

> *“ஓர் அறையில் தனியாகவும் அமைதியாகவும் உட்கார்ந்திருப்பதற்கான திறன் நமக்கு இல்லாததுதான் மனிதகுலத்தின் அனைத்துப் பிரச்சனைகளுக்குமான மூல காரணம்.”*
>
> **—பிளெயிஸ் பாஸ்கல்**

நீங்கள் எப்போதேனும் தனியாக அமர்ந்து, நீங்கள் செய்கின்ற எது உங்கள் வாழ்க்கையை மேம்படுத்திக் கொண்டிருக்கவில்லை என்பதைப் பற்றி யோசித்திருக்கிறீர்களா? இந்த எளிய தினசரிப் பயிற்சியை ஒவ்வொரு நாளும் வெறுமனே 5-10 நிமிடங்கள் செய்தால், உங்கள் வாழ்க்கையைப் பற்றிய தெளிவு உங்களுக்குக் கிடைக்கும்.

அனைத்துக் கவனச்சிதறல்களையும் களைந்துவிடுங்கள்

டுரோஜன் போர், கிரேக்கர்களுக்கும் டிராய் நகரத்திற்கும் இடையே பத்தாண்டுகள் நிகழ்ந்த ஒரு மாபெரும் போராகும். இறுதியில், கிரேக்கர்கள் தங்களுடைய டுரோஜன் குதிரையைக் கொண்டு அப்போரில் வெற்றி பெற்றனர். அவர்கள் ஒரு பெரிய மரக் குதிரையைக் கட்டமைத்து, டிராய் நகரத்தின் கதவுகளுக்கு வெளியே நிறுத்திவிட்டு அங்கிருந்து போய்விட்டனர்.

கிரேக்கர்கள் தோல்வியை ஏற்றுக் கொண்டு போரிலிருந்து புறமுதுகு காட்டி ஓடிவிட்டனர் என்றும், தங்களுக்கான பரிசாக அந்த மரக் குதிரையை விட்டுவிட்டுச் சென்றிருந்தனர் என்றும் டுரோஜன்கள் நினைத்தனர். அவர்கள் அக்குதிரையைத் தங்களுடைய நகரத்திற்குள் இழுத்து வந்து, தங்கள் வெற்றியைக் கோலாகலமாகக் கொண்டாடினர். இரவு வந்தபோது, கிரேக்கப் படையின் அற்புதமான வீரர்கள், டுரோஜன் குதிரைக்குள் இருந்து வெளியே வந்தனர். அவர்கள் தங்களுடைய சக வீரர்களுக்காக டிராய் நகரின் கதவுகளைத் திறந்து விட்டனர். ஒட்டுமொத்தக் கிரேக்கப் படையும் இப்போது டிராய் நகரத்திற்குள் வந்துவிட்டது. டிராய் நகரம், அரசன் அகமெம்னானிடம் சரணடைந்தது.

கவனச்சிதறல்கள் டுரோஜன் குதிரையைப் போன்றவை என்று நினைத்துக் கொள்ளுங்கள். அவை உங்கள் கவனத்தைச் சீரழித்து, உங்கள் உற்பத்தித்திறனை மட்டுப்படுத்துகின்றன. மறைந்திருக்கின்ற கவனச்சிதறல்கள் குறித்து எச்சரிக்கையாக இருங்கள். ஏதேனும் உங்கள் கவனத்தை 2 அல்லது 10 நிமிடங்களுக்குச் சிதறடித்தாலும்கூட, மீண்டும் கவனம் செலுத்துவதற்கு நேரமாகும்.

செயலிகளை நீக்கிவிடுங்கள்

நாம் நம்முடைய அலைபேசிகளில் செயலிகளை வைத்திருக்கிறோம். அவற்றில் பல நம்முடைய கவனத்தை

தொடர்ந்து சிதறடிக்கின்றன. நமக்கு வருகின்ற அறிவிப்புகளைப் படிப்பதிலும், சமூக ஊடகங்களில் மேய்வதிலும், உலகில் என்ன நடந்து கொண்டிருக்கிறது என்பதைப் பார்ப்பதிலும் நாம் ஏராளமான நேரத்தைச் செலவிடுகிறோம். அப்பழக்கத்திற்கு விரைவில் நாம் அடிமையாகிவிடுகிறோம். நாளின் ஒவ்வொரு நிமிடமும் ஆன்லைனில் இருப்பதிலிருந்து நம்மை நம்மால் விடுவிக்க முடிவதில்லை. இதன் காரணமாக, நாம் ஏகப்பட்ட நேரத்தை வீணாக்குகிறோம். உங்கள் வேலையிலிருந்து உங்கள் கவனத்தைச் சிதறடிக்கின்ற செயலிகளை உடனடியாக நீக்கிவிடுங்கள். பலர் தங்கள் அலைபேசிகளில் வீடியோ விளையாட்டுகளை விளையாடுவதில் நேரத்தை விரயம் செய்கின்றனர். சிறிது நேரம் ஆசுவாசமாக இருப்பதற்காக அவ்விளையாட்டுகளை அவர்கள் விளையாடுகின்றனர், ஆனால் உண்மையில் அவை ஆசுவாசமளிப்பதற்காக வடிவமைக்கப்படவில்லை. அவை உங்களுடைய மன ஆற்றலை எக்கச்சக்கமாக உறிஞ்சுகின்றன, உங்களை முன்பைவிட அதிகக் களைப்படையச் செய்கின்றன. ஆசுவாசம் கொள்வதற்கு வேறு பல நல்ல வழிகள் இருக்கின்றன.

என்னுடைய அறிவுரை இதோ: உங்கள் அலைபேசியைத் திறந்து, நீங்கள் நேர விரயம் செய்யக் காரணமாக இருக்கின்ற அனைத்துச் செயலிகளையும் விளையாட்டுகளையும் மறுபரிசீலனை செய்யுங்கள். பிறகு அவை அனைத்தையும் நீக்கிவிடுங்கள். தேவைப்படும்போது பின்னர் அவற்றை நீங்கள் மீண்டும் தரவிறக்கம் செய்து கொள்ளலாம்.

இந்த எளிய நடவடிக்கை, தினமும் குறைந்தபட்சம் 30 நிமிடங்களை உங்களுக்குச் சேமித்துக் கொடுக்கும். உங்களில் சிலருக்கு இது பல மணிநேரங்களை மிச்சப்படுத்திக் கொடுக்கக்கூடும்!

முடியாது என்று சொல்லக் கற்றுக் கொள்ளுங்கள்

“வாழ்வின் பாதிப் பிரச்சனைகளுக்குக் காரணம், மிக வேகமாகச் ‘சரி’ என்று கூறுவதும், போதுமான அளவு விரைவாக ‘முடியாது’ என்று கூறாமல் இருப்பதும்தான்.”

—ஜாஷ் பில்லிங்ஸ்

உங்கள் வாழ்க்கையும் உங்கள் நேரமும் உங்களுடைய முழுமையான கட்டுப்பாட்டில் இருக்க வேண்டும் என்று நீங்கள் விரும்பினால், முடியாது என்று நீங்கள் சொல்ல விரும்பும்போது முடியாது என்று சொல்வது எப்படி என்பதை நீங்கள் கற்றுக் கொள்ள வேண்டும். பல நேரங்களில், மற்றவர்களின் மனம் புண்பட்டுவிடக்கூடாது என்பதற்காக நாம் ‘சரி’ என்று சொல்லிவிடுகிறோம். மற்றவர்கள் உங்களிடம் கேட்டுக் கொள்கின்ற அனைத்தையும் செய்ய நீங்கள் ஒப்புக் கொள்ளக்கூடும், ஆனால் உங்களிடம் உள்ள ஆற்றலுக்கும் நேரத்திற்கும் ஒரு வரம்பு உள்ளது. ஒவ்வொரு வாய்ப்புக்கும், அழைப்புக்கும், வேலைக்கும் சரி என்று சொல்வது விரைவில் ஒரு சுமையைப்போலத் தோன்றக்கூடும். உங்கள் விருப்பத்தைப் பொறுத்து, சரி அல்லது முடியாது என்று கூறுவதற்கான உரிமை உங்களுக்கு இருக்கிறது. உங்கள் நேரத்தை நீங்கள் மீண்டும் கைவசப்படுத்துவதற்கான ஒரே வழி இதுதான்.

நமக்கு விருப்பமில்லாத கோரிக்கைகளுக்கு முடியாது என்று சொல்வது எப்படி என்பதை நாம் கற்றுக் கொள்ள வேண்டும். ஏனெனில், நாம் எல்லாவற்றுக்கும் உடன்பட்டால், நம்மால் எதையும் செய்ய முடியாது.

ஸ்டீவ் ஜாப்ஸின் மிக அருமையானதொரு மேற்கோள் இது:

> *"கவனக்குவிப்பு என்றால், நீங்கள் கவனம் செலுத்த வேண்டியவற்றுக்குச் சரி என்று கூறுவது என்று மக்கள் நினைக்கின்றனர். ஆனால் அது அப்படி இல்லை. கவனக்குவிப்பு என்றால், வேறு பிற நூற்றுக்கணக்கான நல்ல யோசனைகளுக்கு முடியாது என்று கூறுவதாகும். நீங்கள் கவனமாகத் தேர்ந்தெடுக்க வேண்டும். நான் செய்துள்ள விஷயங்கள் குறித்து நான் எவ்வளவு பெருமிதம் கொண்டுள்ளேனோ, நான் செய்யாத விஷயங்கள் குறித்தும் நான் அதே அளவு பெருமிதம் கொண்டுள்ளேன். புதுமைப் புனைவு என்றால் 1,000 விஷயங்களுக்கு 'முடியாது' என்று கூறுவதாகும்."*

24/7 என்ற கணக்கில் வேலை செய்யாதீர்கள்

"இன்றிலிருந்து 20 ஆண்டுகள் கழித்து, உங்கள் வேலையில் நீங்கள் ஏகப்பட்ட நேரத்தைக் கழித்தீர்கள் என்பதை நினைவு வைத்திருக்கப் போகின்றவர்கள் உங்கள் குழந்தைகள் மட்டும்தாம்."

—சாஹில் புளூம்

அதிக ஆக்கபூர்வமானவராக ஆவதற்கு நீங்கள் அதிக நேரம் உழைக்க வேண்டியதில்லை. அதற்கு நேர்மாறானதுதான் உண்மை. உங்கள் வேலையை மிகக் குறைவான நேரத்திற்குள் நீங்கள் செய்து முடிக்க வேண்டும். அப்போதுதான், உங்கள் குடும்பத்தினருடனும் நண்பர்களுடனும் செலவிடுவதற்கு உங்களுக்கு நேரம் இருக்கும். நீங்கள் மிக அதிக நேரம் வேலை செய்தால், உங்களுடைய படைப்பாற்றலும் உற்பத்தித்திறனும் பாதிக்கப்படும். தினமும் 12 மணிநேரத்தை அலுவலகத்தில் கழித்துவிட்டு, உங்கள் வாழ்வின் பிற அம்சங்களை உதாசீனப்படுத்துவதில் எந்த அர்த்தமும் இல்லை. சில நேரங்களில் அது அவசியமாக இருக்கலாம், ஆனால் எல்லா நேரங்களிலும் அது அவசியமாக இருப்பதில்லை.

நாம் எவ்வளவு வேலைகளைச் செய்து முடிக்கிறோம் என்பதை வைத்துத்தான் நாம் நம்முடைய உற்பத்தித்திறனை அளவிட வேண்டுமே அன்றி, நாம் எவ்வளவு நேரத்தைச் செலவிடுகிறோம் என்பதை வைத்து அன்று. துரதிர்ஷ்டவசமாக, பலர் தங்களுடைய அகங்காரத்திற்குத் தீனி போடுவதற்காக, தேவையானதைவிட அதிக நேரத்தைத் தங்கள்

அலுவலகத்தில் கழிக்கின்றனர்.

நீங்கள் ஏராளமாக வேலை செய்தும் உங்கள் இலக்குகளை அடையாவிட்டால், நீங்கள் முக்கியமான விஷயங்களை விடுத்து முக்கியமற்ற விஷயங்களைச் செய்து கொண்டிருப்பதற்கான வாய்ப்பு அதிகம் உள்ளது. குறைவான முக்கியத்துவம் கொண்ட விஷயங்கள், உண்மையிலேயே முக்கியமான விஷயங்களைச் செய்வதிலிருந்து உங்கள் கவனத்தைத் திசைதிருப்பிக் கொண்டிருக்கின்றன. இது ஒரு வகையான காலம் தாழ்த்துதலாகும். நீங்கள் முக்கியமான விஷயங்களை உதாசீனப்படுத்தினால், நீங்கள் விரும்புகின்ற விளைவுகளை உங்களால் பெற முடியாது.

மக்கள் இதை வேண்டுமென்றே செய்வதை நான் பார்த்திருக்கிறேன். முக்கியமான விஷயங்கள் செய்வதற்குக் கடினமாக இருக்கின்றன; எனவே, கடினமாக உழைப்பதற்குப் பதிலாக, தங்களை மும்முரமானவர்களாகக் காட்டிக் கொள்வதற்காக மக்கள் சுலபமான விஷயங்களைச் செய்கின்றனர்.

குறைவே அதிகம்

நீங்கள் மிக அதிகமாக வேலை செய்தும்கூட உங்களால் உங்கள் இலக்குகளை அடைய முடியாமல் இருந்தால், அதற்கு இரண்டு காரணங்கள் இருக்கக்கூடும்:

1. நீங்கள் நினைத்துக் கொண்டிருக்கின்ற அளவுக்கு நீங்கள் வேலை செய்து கொண்டிருக்கவில்லை. பெரும்பாலான நேரம் நீங்கள் காலம் தாழ்த்துகிறீர்கள். அதனால் நீங்கள் ஆக்கபூர்வமாகச் செயல்பட்டுக் கொண்டிருக்கவில்லை.
2. நீங்கள் தவறான விஷயங்கள்மீது உங்கள் கவனத்தைக் குவித்திருக்கிறீர்கள். அவ்வளவாக முக்கியமில்லாத விஷயங்களில் நீங்கள் ஈடுபட்டுக் கொண்டிருக்கிறீர்கள். அற்பமான காரியங்களில் நீங்கள் உங்கள் நேரத்தின் பெரும் பகுதியைச்

> செலவிட்டுக் கொண்டிருக்கிறீர்கள். சவாலான மற்றும் முக்கியமான விஷயங்களை நீங்கள் புறக்கணித்துக் கொண்டிருக்கிறீர்கள்.

நீங்கள் எதைச் செய்தாலும், அது உங்களுக்கு மதிப்பு வாய்ந்ததாக இருக்க வேண்டும். சில காரியங்கள் உங்கள் வாழ்வில் மற்றவற்றைவிட அதிக மதிப்பு வாய்ந்தவையாக இருக்கின்றன. அதனால்தான், குறைந்த முக்கியத்துவம் கொண்ட விஷயங்களால் உங்கள் கவனம் சிதறடிக்கப்படாமல் இருப்பதை உறுதி செய்து கொள்ள வேண்டியது முக்கியமானதாக இருக்கிறது. அர்த்தமுள்ள மற்றும் முக்கியமான விஷயங்களுக்கு உங்களால் முடிந்த அளவு நேரத்தை அர்ப்பணியுங்கள்.

ஆக்கபூர்வமாக இருங்கள், பரபரப்பாக அல்ல

> *"ஏணி சரியான சுவரில் சாய்த்து வைக்கப்பட்டிருக்காவிட்டால், நாம் எடுத்து வைக்கின்ற ஒவ்வோர் அடியும் தவறான இடத்திற்கு வேகமாக நம்மை இட்டுச் செல்லும்."*
>
> **—ஸ்டீவன் கவி**

நீங்கள் தவறான விஷயங்களில் கவனம் செலுத்திக் கொண்டிருந்தால், தினமும் 12 மணிநேரம் வேலை செய்வதில் எந்த அர்த்தமும் இல்லை. உங்களை உங்கள் இலக்குகளை நோக்கி அழைத்துச் செல்கின்ற காரியங்களில் நீங்கள் ஈடுபட வேண்டும். பாதி தூரம் ஏறி வந்துவிட்டு, நீங்கள் தவறான ஏணியில் ஏறிக் கொண்டிருக்கிறீர்கள் என்பதை உணர்ந்து வருந்துவதில் பயனில்லை. உங்கள் சொந்தக் கனவுகளைப் பின்தொடர்ந்து செல்லுங்கள், மற்றவர்களுடைய கனவுகளை அல்ல.

பரபரப்பாக அன்றி, ஆக்கபூர்வமாக இருங்கள். எல்லா நேரமும் வெறுமனே பரபரப்பாக இருப்பதற்காகப் பரபரப்பாக இருப்பதற்கு எந்த வெகுமதியும் வழங்கப்படுவதில்லை. மாறாக, ஆக்கபூர்வமான

விஷயங்களில் உங்கள் ஆற்றலைச் செலவிடுங்கள், உங்கள் இலக்குகளை நோக்கி உங்களை நகர்த்துகின்ற நடவடிக்கைகளை மேற்கொள்ளுங்கள்.

காத்திருக்காதீர்கள்

“அடுத்து என்ன செய்ய வேண்டும் என்பதை அறிந்திருப்பது ஞானம்; அதை எப்படிச் செய்வது என்பதை அறிந்திருப்பது திறமை; அதைச் செய்வது பண்பு.”

—டேவிட் ஸ்டார் ஜோர்டன்

ஏராளமான மக்கள் குறைவாகச் சாதிப்பதற்கான ஒரு முக்கியக் காரணம், சரியான நேரத்திற்காக அவர்கள் எப்போதும் காத்துக் கொண்டிருப்பதுதான். ஆனால், சரியான நேரம் ஒருபோதும் வருவதில்லை; நிகழ்கணத்தைப்போல வேறு எந்த நேரமும் இல்லை. நீங்கள் உங்கள் வேலையை இன்றே துவக்கி, சிறிதளவு முன்னேறலாம்; அல்லது, சரியான நேரம் வரும் என்று நீங்கள் வெறுமனே காத்துக் கொண்டிருக்கலாம்.

செயலில் இறங்குவதற்குப் பதிலாக, இறுதியில் உங்களுக்கான ‘சரியான’ நேரம் வரும் என்று நம்பிக் கொண்டிருப்பதை நிறுத்துங்கள். உங்களுடைய இலக்குகளை அடைவதற்கு நீங்கள் கடுமையாக உழைத்தாக வேண்டும். வெற்றியாளர்கள் எவரும் கச்சிதமான நேரத்திற்காகக் காத்துக் கொண்டிருப்பதில்லை.

சில இலக்குகள் நனவாவதற்குச் சிறிது காலம் ஆகக்கூடும். நீங்கள் எவ்வளவு கடினமாக முயன்றாலும், அவற்றை உங்களால் வேகமாக அடைய முடியாது. ஆனால் அதற்காக, முயற்சி எதுவும் மேற்கொள்ளாமல், ஓர் அதிசயம் நிகழ்வதற்காக நீங்கள் காத்திருக்க வேண்டும் என்று அது அர்த்தமாகாது.

சோம்பேறித்தனத்தையும் பொறுமையையும் போட்டுக் குழப்பிக் கொள்ளாதீர்கள். அவை இரண்டும் வெவ்வேறு விஷயங்கள். நீங்கள் தினமும் உங்கள் முயற்சியில் பொறுமையாக ஈடுபட்டால், இறுதியில் நீங்கள் விரும்பும் விளைவை நீங்கள் பெறுவீர்கள்.

பொறுமையைப் பற்றிய ஒரு கதை

ஒரு முறை, ஒரு விவசாயி ஒரு மூங்கில் கன்றை நட்டார். அவர் அதற்கு ஓராண்டு காலம் தினமும் தண்ணீர் ஊற்றினார், ஆனால் அக்கன்று வளர்ந்ததற்கான எந்த அறிகுறியும் இருக்கவில்லை. இரண்டாம் ஆண்டும் அதுபோலவே இருந்தது. மூன்றாம் மற்றும் நான்காம் ஆண்டுகளிலும் அக்கன்று அவ்வளவாக வளரவில்லை. அவருடைய பொறுமை படிப்படியாகக் குறைந்தது. இருப்பினும் அவர் அதற்குத் தினமும் தண்ணீர் ஊற்றினார். ஐந்தாம் ஆண்டின்போது, அவர் தன் முயற்சியைக் கைவிட இருந்த நேரத்தில், அக்கன்று துளிர்விடத் தொடங்கியிருந்ததை அவர் கண்டார். அடுத்த ஆறு வாரங்களில், அந்த மூங்கில் கன்று 60 அடி உயரம் வளர்ந்து அவரை வியப்பில் ஆழ்த்தியது.

பொறுமை மற்றும் கடின உழைப்பைப் பற்றிய ஓர் அற்புதமான கதை இது. வாழ்க்கையும் இதுபோலத்தான். வெற்றி அரிதாகவே ஒரே இரவில் கிட்டுகிறது. வெற்றி கிட்டுவதற்கு மிக நீண்ட காலம் ஆகும். ஆனால் அதற்காக, நீங்கள் வெறுமனே ஓர் இடத்தில் வெட்டியாக உட்கார்ந்திருக்கலாம் என்று அர்த்தமில்லை. அந்த மூங்கில் மரம் தானாக வளரவில்லை; அந்த விவசாயி அதை நட்டு வைத்தார், அதற்குத் தண்ணீர் ஊற்றி அதைப் பராமரித்தார், பிறகு பொறுமையாகக் காத்திருந்தார்.

உடனே செயலில் இறங்குங்கள், விளைவுகளுக்குப் பொறுமையாகக் காத்திருங்கள்

ஒரு ஜென் மாணவர் தன்னுடைய ஆசானிடம் சென்று,

“ஜென் தத்துவத்தைப் படிப்பதில் நான் உறுதியாக இருக்கிறேன். அதில் மேதைமை அடைவதற்கு எனக்கு எவ்வளவு காலம் ஆகும்?” என்று கேட்டார்.

“பத்து ஆண்டுகள்,” என்று அந்த ஆசான் பதிலளித்தார்.

அந்த மாணவர் பொறுமையின்றி, “நான் வேகமாக அதில் மேதைமை பெற விரும்புகிறேன். நான் மிகக் கடினமாக உழைக்கத் தயார். தேவைப்பட்டால், தினமும் பத்து மணிநேரம் அல்லது அதற்குக் கூடுதலாக நான் பயிற்சி செய்வேன். அப்போது எனக்கு எவ்வளவு காலம் ஆகும்?” என்று கேட்டார்.

அந்த ஆசான் ஒரு கணம் யோசித்துவிட்டு, “20 ஆண்டுகள்,” என்று பதிலளித்தார்.

வாழ்வில் உங்களுக்கு எத்தகைய விளைவுகள் கிடைக்கும் என்பதன்மீது உங்களுக்கு எந்தக் கட்டுப்பாடும் இல்லை. உங்களுடைய செயல்களையும் நீங்கள் செய்கின்ற வேலையையும் மட்டுமே உங்களால் கட்டுப்படுத்த முடியும். கடினமாக உழைக்கும்போது எல்லோருமே வேகமாக விளைவுகளைப் பெற விரும்புகின்றனர், தங்கள் உழைப்புக்கு உடனடியாகப் பலன் கிடைக்க வேண்டும் என்று அவர்கள் நினைக்கின்றனர். ஆனால் பொதுவாக அவ்வாறு நிகழ்வதில்லை. நீங்கள் விரும்பும் விளைவுகளைப் பெறுவதற்கு நீங்கள் பல ஆண்டுகள் கடுமையாக உழைக்க வேண்டியிருக்கலாம். எனவே, நீங்கள் பொறுமை காக்க வேண்டியது இன்றியமையாதது. ஆனால் செயலில் இறங்குவதற்கு நீங்கள் பொறுமையாக இருக்க வேண்டியதில்லை. எல்லாம் தானாக நிகழும் என்று மனப்பால் குடிக்காதீர்கள். நீங்கள் மேற்கொள்ளும் நடவடிக்கைகள்தாம் நீங்கள் விரும்பும் விளைவுகளை உங்களுக்குப் பெற்றுக் கொடுக்கும்.

“பொறுமை காப்பதில் மேதைமை அடைகின்றவன் மற்ற எல்லாவற்றிலும் மேதைமை அடைகிறான்.”

—ஜார்ஜ் சவில்

கச்சிதமான நேரம் என்ற ஒன்று இல்லை

புதிதாக ஒன்றைத் துவக்குவதற்குக் கச்சிதமான நேரம் என்று எதுவும் இல்லை. இன்றே துவக்கி, சிறிது முன்னேற்றம் காணுங்கள்; அல்லது கச்சிதமான நேரத்திற்காகக் காத்திருங்கள். ஆனால் அத்தகைய நேரம் ஒருபோதும் வரப் போவதில்லை. உண்மையில் இக்கணம்தான் கச்சிதமான நேரம். உங்கள் இலக்குகளை அடைவதற்கு இன்று இதைவிடக் கச்சிதமான நேரம் எதுவும் இல்லை. சோம்பேறியாக இருப்பதை நிறுத்துங்கள், செய்யப்பட வேண்டிய வேலையைச் செய்யத் தொடங்குங்கள்.

தொடர்ச்சியான முயற்சித்தான் முக்கியம்

பிக்காஸோ ஒரு நாள் பாரீஸில் ஒரு கடைவீதி வழியாக நடந்து சென்று கொண்டிருந்தபோது ஒரு பெண்மணி அவரை அணுகினார்.

அப்பெண்மணி ஒரு வெற்றுத் தாளை வெளியே எடுத்து, "பிக்காஸோ அவர்களே, நான் உங்கள் படைப்புகளின் மிகப் பெரிய இரசிகை. தயவு செய்து எனக்காக ஒரு சிறு ஓவியத்தை வரைந்து கொடுக்க முடியுமா?" என்று பிக்காஸோவிடம் கேட்டார்.

பிக்காஸோ புன்னகைத்துவிட்டு, உடனடியாக அத்தாளில் ஓர் ஓவியத்தை வரைந்து அப்பெண்ணிடம் கொடுத்தார்.

பிறகு, "இதன் விலை 10 இலட்சம் பிராங்க்," என்று அவர் கூறினார்.

இதைக் கேட்டு அப்பெண் அதிர்ச்சியடைந்தார். "உங்களால் எப்படி இவ்வளவு அதிகமாகக் கேட்க முடிகிறது? இந்த ஓவியத்தை வரைவதற்கு உங்களுக்கு வெறும் ஐந்து நிமிடங்கள்தானே ஆயின!"

"இல்லை. இதை ஐந்து நிமிடங்களில் வரைவதற்கு எனக்கு 40 ஆண்டுகள் ஆயின," என்று பிக்காஸோ பதிலளித்தார்.

எதுவொன்றிலும் மேதைமை அடைவதற்கு, நீங்கள் அதைத் தினமும் செய்து வர வேண்டும், நீண்டகாலம் அதைச் செய்து வர வேண்டும்.

- ஒரு சிறந்த ஓவியராக ஆவதற்கு, நீங்கள் தினமும் ஓவியம் தீட்ட வேண்டும்.
- ஒரு சிறந்த எழுத்தாளராக ஆவதற்கு, நீங்கள் தினமும் எழுத வேண்டும்.
- ஒரு சிறந்த பேச்சாளராக ஆவதற்கு, நீங்கள் தினமும் பேசிப் பழக வேண்டும்.

பெரும்பாலான மக்கள் ஒருபோதும் தொடங்குவதே இல்லை; சிலர் தொடங்குகின்றனர், ஆனால் விஷயங்கள் சிக்கலாகும்போது அவர்கள் விரைவாகத் தங்கள் முயற்சியைக் கைவிட்டுவிடுகின்றனர்; ஒரு சிலர் மட்டுமே சிரமங்களைப் பொறுத்துக் கொண்டு தொடர்ந்து சீராகப் பயிற்சி செய்து வெற்றி பெறுகின்றனர்.

விஷயங்கள் எளிதாகும்

> *"தொடக்கத்தில் அது கடினமானதுபோலத் தெரியும், ஆனால் எல்லாமே தொடக்கத்தில் கடினமாகத்தான் இருக்கும்."*
>
> **—மியாமோட்டோ முசாஷி**

தொடங்குவதுதான் மிகக் கடினமான விஷயமாகும். 95% மக்கள் இங்கேதான் சிக்கிக் கொள்கின்றனர். அவர்கள் ஒருபோதும் தொடங்குவதில்லை, அவர்கள் தொடர்ந்து சாக்குப்போக்குகளைக் கூறுகின்றனர். ஒரு மோசமான பழக்கத்தை நீங்கள் கைவிட விரும்பினால், முதல் சில நாள்கள் அது கடினமாக இருக்கும்; ஆனால் ஒரு சில வாரங்களுக்குப் பிறகு, அது எளிதாகிவிடும்.

நீங்கள் சொல்வதைச் செய்யுங்கள்

நீங்கள் காலம் தாழ்த்த விரும்பினால், நீங்கள் உங்கள் வாக்கைக் காப்பாற்ற மாட்டீர்கள். நீங்கள் ஒன்றைச் செய்யப் போவதாகச் சொல்லிவிட்டு அதைச் செய்யாமல் இருந்தால், மக்கள் உங்களை நம்புவதை நிறுத்திவிடுவர். எல்லோரும் சொல்வதை நீங்கள் செய்ய வேண்டும் என்று நான் கூறவில்லை, ஆனால் நீங்கள் ஒன்றைச் செய்யப் போவதாகக் கூறினால், தவறாமல் செய்துவிடுங்கள். நீங்கள் நாளையிலிருந்து தினமும் உடற்பயிற்சி மையத்திற்குப் போகப் போவதாக நீங்கள் கூறினால், என்ன நிகழ்ந்தாலும் சரி, அங்குச் சென்று உடற்பயிற்சி செய்யுங்கள். உங்கள் வாக்கைக் காப்பாற்றுங்கள். அப்போது நீங்கள் உங்களைப் பற்றி நல்லவிதமாக உணர்வீர்கள்.

கவலைப்படாதீர்கள்

“நான் ஒரு முதியவன். நான் பல பிரச்சனைகளை அறிவேன், அவற்றில் பெரும்பாலானவை ஒருபோதும் நிகழவே இல்லை.”

—மார்க் டுவெயின்

கவலைப்படுதலுக்கு சோம்பேறிகளை மிகவும் பிடிக்கும். ஏனெனில், சோம்பேறிகளுக்கு, கவலைப்படுவதைத் தவிர செய்வதற்கு வேறு எதுவும் இல்லை. அவர்கள் எந்த வேலையும் செய்யாமல் இருப்பதால், அவர்களால் செய்ய முடிவதெல்லாம் வருங்காலத்தைப் பற்றிக் கவலைப்படுவது மட்டும்தான். உங்களுக்கு உங்கள்மீது நம்பிக்கை இருந்தால், பிறகு கவலைப்படுவதற்கு எதுவுமில்லை. உங்களுக்கு உங்கள்மீது நம்பிக்கை இல்லாவிட்டால், கவலை தலைதூக்கத் தொடங்கும், அனைத்து விதமான எதிர்மறை எண்ணங்களும் உங்கள் மனத்திற்குள் நுழையும், நிகழ வாய்ப்பே இல்லாத விஷயங்களைப் பற்றி நீங்கள் கவலைப்படத் தொடங்குவீர்கள்.

கவலைப்படுவதை நிறுத்துவதற்கான ஒரே வழி செயலில் இறங்குவதுதான்.

நீங்கள் உங்கள் ஆரோக்கியத்தைப் பற்றிக் கவலைப்படுவதாக வைத்துக் கொள்வோம். நீங்கள் செய்யக்கூடிய ஒரே காரியம் உங்கள் ஆரோக்கியத்தைப் பேணத் தொடங்குவது மட்டும்தான். நீங்கள் செய்யக்கூடியது வேறு எதுவும் இல்லை. உங்கள் ஆரோக்கியத்தைப் பற்றி நாள் முழுவதும் சிந்தித்துக்

கொண்டிருப்பது உங்களை ஆரோக்கியமானவராக ஆக்கிவிடாது; அது அதற்கு நேர்மாறானதைக்கூடச் செய்யக்கூடும்.

சில விஷயங்களைப் பற்றிக் கவலைப்படுவது இயல்பானதுதான். நம்முடைய வேலை, தொழில், ஆரோக்கியம், பணம், குடும்பம் போன்றவற்றைப் பற்றி நாம் எல்லோருமே கவலைப்படுகிறோம். உங்களுடைய கவலைகளை இரண்டு வகைகளாகப் பிரித்துக் கொள்ளுங்கள்:

1. உங்களால் கட்டுப்படுத்த முடிகின்ற, அது குறித்து உங்களால் ஏதேனும் செய்ய முடிகின்ற விஷயங்கள்.
2. உங்களால் கட்டுப்படுத்த முடியாத, அது குறித்து உங்களால் எதுவும் செய்ய முடியாத விஷயங்கள்.

முதல் வகை விஷயங்களைப் பற்றிக் கவலைப்படுவதில் அர்த்தம் உள்ளது. நீங்கள் உங்கள் ஆரோக்கியத்தைப் பற்றி கவலைப்பட்டாக வேண்டும், அப்போது நீங்கள் அது குறித்து நடவடிக்கைகள் மேற்கொண்டு அதை மேம்படுத்தலாம். இது நல்லவிதமான கவலைப்படுதல் என்று கூறலாம். உங்கள் வாழ்க்கையைச் சிறப்புறச் செய்கின்ற விஷயங்களைச் செய்வதற்கு இது உங்களுக்கு உதவும். இரண்டாம் வகை விஷயங்களைப் பற்றிக் கவலைப்படுவது வடிகட்டிய முட்டாள்தனம். உங்களால் கட்டுப்படுத்த முடியாத ஒன்றைப் பற்றி ஏன் கவலைப்பட வேண்டும்? எடுத்துக்காட்டாக, நாளைக்கு ஓர் எரிகல் வந்து பூமியைத் தாக்கி நம் எல்லோரையும் கொல்லப் போவதாக வைத்துக் கொள்வோம். கவலைப்படுவதற்கு இங்கு என்ன இருக்கிறது? அந்த எரிகல் குறித்து உங்களால் எதுவும் செய்ய முடியாது. உங்கள் கட்டுப்பாட்டில் இல்லாத விஷயங்கள் குறித்துக் கவலைப்படுவது உங்கள் மகிழ்ச்சியை உங்களிடமிருந்து பறித்துவிடும்.

உங்கள் கட்டுப்பாட்டில் இல்லாத விஷயங்களைப் பற்றி நீங்கள் இனி ஒருபோதும் கவலைப்படப் போவதில்லை என்றும், உங்கள் கட்டுப்பாட்டில் உள்ளவை

குறித்து உடனடியாக நடவடிக்கை மேற்கொள்வதென்றும் ஒரு புதிய விதியை வகுத்துக் கொள்ளுங்கள். ஆனால் கவலைப்படுவதை விட்டுத்தள்ளுங்கள்.

வேலைகளைப் பகிர்ந்தளியுங்கள்

"ஒரு சில சிறிய விஷயங்களை நீங்கள் சரியாகச் செய்ய விரும்பினால், அவற்றை நீங்களே செய்யுங்கள். நீங்கள் மாபெரும் விஷயங்களைச் செய்து ஒரு மாபெரும் தாக்கம் ஏற்படுத்த விரும்பினால், வேலைகளைப் பகிர்ந்தளிக்கக் கற்றுக் கொள்ளுங்கள்."

—ஜான் சி. மேக்ஸ்வெல்

எல்லாவற்றையும் உங்கள் ஒருவரால் மட்டுமே செய்ய முடியாது. நீங்கள் எந்த உத்தியைப் பயன்படுத்தினாலும் சரி, எல்லாவற்றையும் தனியொருவராகச் செய்வதற்கு ஒருபோதும் போதுமான நேரம் இருக்காது. அது நல்லதுதான். ஏனெனில், எல்லாவற்றையும் நாமாகவே செய்ய வேண்டியதில்லை. நாம் செய்ய நேரமில்லாத விஷயங்களைச் செய்வதற்கு மற்றவர்களால் நமக்கு உதவ முடியும்.

நீங்கள் செய்தாக வேண்டிய ஒரு வேலை இருந்து, அதைச் செய்வதற்கு உங்களுக்கு நேரம் இல்லாவிட்டால், அது குறைவான மதிப்பு வாய்ந்த ஒரு வேலையாகும். அதாவது, அதைச் செய்வதற்கு நீங்கள் இன்னொருவரை நியமித்தாலும், அது எந்த வித்தியாசத்தையும் ஏற்படுத்தாது.

உங்களுடைய ஏராளமான நேரத்தைப் பறிக்கக்கூடிய, ஆனால் முக்கியமற்றப் பல விஷயங்கள் இருக்கக்கூடும். அவற்றை நீங்கள் பிறருக்குப் பகிர்ந்தளித்துவிட்டு, அந்த நேரத்தை, நீங்கள் செய்ய விரும்புகின்ற விஷயங்களைச் செய்வதற்கு நீங்கள் பயன்படுத்திக் கொள்ளலாம்.

நீங்கள் தினமும் செய்தாக வேண்டிய முக்கியமற்ற வேலைகளை ஒரு பட்டியலிடுங்கள். பிறகு, அவற்றைச் செய்வதற்கு எவ்வளவு நேரம் ஆகும் என்று கணக்கிடுங்கள். அடுத்து, அவற்றை நீங்கள் வேறொருவரிடம் ஒப்படைத்தால், அவருக்கு நீங்கள் எவ்வளவு பணம் கொடுக்க வேண்டியிருக்கும் என்று கணக்கிடுங்கள். ஒரு மலிவான கட்டணத்திற்கு உங்களால் அந்த வேலைகளைச் செய்விக்க முடிவதை நீங்கள் காண்பீர்கள். ஒரு சில விஷயங்களுக்கு இதை முயற்சித்துப் பார்த்து, விஷயங்கள் எப்படிப் போகின்றன என்று அவதானியுங்கள்.

ஒரு வேலையை *90* சதவீதம் உங்களுக்குத் திருப்திகரமாக யாரேனும் செய்து கொடுத்தால்கூட அது மதிப்பு வாய்ந்ததுதான். அந்த வேலையை உங்களைவிடச் சிறப்பாகச் செய்யக்கூடிய ஒருவர் இருப்பதற்கான வாய்ப்பு அதிகம் உள்ளது. உங்களால் மட்டுமே சிறப்பாகச் செய்ய முடியும் என்று நீங்கள் நினைக்கலாம், ஆனால் அது எல்லா நேரத்திலும் உண்மையன்று. எடுத்துக்காட்டாக, உங்கள் காரைக் கழுவுவதில் நீங்கள் ஒரு நிபுணர் என்று நீங்கள் நினைக்கலாம், ஆனால் ஒரு தொழில்முறை கார் சேவை மையத்தால் அதை அதிகச் சிறப்பாகச் செய்ய முடியும்.

எதையும் வேகமாகக் கற்றுக் கொள்வது எப்படி

“புத்திசாலிகளாக இல்லாத, சில நேரங்களில் கடின உழைப்பாளிகளாகக்கூட இல்லாத மக்கள் தங்கள் வாழ்வில் உயர்வதை நான் பார்க்கிறேன். ஆனால், அவர்கள் கற்பதில் வல்லவர்களாக இருக்கின்றனர்.”

—சார்லி முங்கர்

பயனுள்ளதைக் கற்றுக் கொள்ளுங்கள்

கற்க வேண்டும் என்பதற்காக வெறுமனே எதையும் கற்காதீர்கள். மாறாக, உங்கள் வாழ்க்கையை மேம்படுத்தக்கூடிய விஷயங்களைக் கற்பதன்மீது கவனம் செலுத்துங்கள். யாருமே பேசாத ஒரு பழங்கால மொழியைக் கற்பதில் நேரத்தைச் செலவிடுவதற்குப் பதிலாக, ஸ்பானிய மொழி அல்லது சீன மொழியைக் கற்றுக் கொள்ளுங்கள். இதை வேறு வார்த்தைகளில் கூறினால், உங்களுக்கு எது பயனுள்ளது, எது பயனற்றது என்பதைப் பற்றி யோசியுங்கள். பயனற்றதைக் கற்பதில் நேரத்தைச் செலவிடாதீர்கள்.

கற்கும்போது சோம்பேறித்தனம் ஆகாது

நீங்கள் எதையேனும் கற்க முயற்சித்துக் கொண்டிருந்தால், நீங்கள் சோம்பேறியாக இருக்க முடியாது. நீங்கள் உடனே செயலில் இறங்கி, கற்கத் தொடங்க வேண்டும். நீங்கள் கணினி நிரல் எழுதக் கற்றுக் கொள்ள விரும்புவதாக வைத்துக் கொள்வோம். இக்கணமே அதைத் துவக்குங்கள்.

எதற்காக நீங்கள் காத்துக் கொண்டிருக்கிறீர்கள்? வேகம் மிக முக்கியம். உங்களுக்கு சௌகரியமான வேகத்தில் கற்றுக் கொள்ளுங்கள், ஆனால் இப்போதே அதைத் துவக்குங்கள். இதற்காகப் பின்னர் நீங்கள் உங்களுக்கு நன்றி கூறுவீர்கள்.

வேகமாக வாசித்தல்

"ஒன்றை உங்களால் வேகமாக வாசிக்க முடிந்தால், வாசிக்கும் அளவுக்கு அது மதிப்பு வாய்ந்ததன்று."

—நவல் ரவிகாந்த்

புத்தகங்களை வேகமாக வாசிப்பது எனக்குப் பிடிக்காது. ஏனெனில், மாபெரும் புத்தகங்களை முழுமையான கவனத்தோடும் நிதானமாகவும் படிக்க வேண்டும். அதிகமான புத்தகங்களைப் படிப்பதற்கான விரைவான வழி, புத்தகங்கள்மீது அதிக நேரம் செலவிடுவதுதான். நான் சில புத்தகங்களைப் படிப்பதற்குப் பல வாரங்களைச் செலவிட்டேன், சிலவற்றை ஒரே நாளில்கூடப் படித்திருக்கிறேன். வேகமாக வாசிப்பது குறித்து அவ்வளவாக அலட்டிக் கொள்ளாதீர்கள். புத்தக வாசிப்புக்கு நீங்கள் புதியவர் என்றால், காலப்போக்கில் நீங்கள் சிறப்பாக வாசிப்பீர்கள். நீங்கள் வாசிக்கின்ற புத்தகங்களின் தரத்தின்மீது கவனம் செலுத்துங்கள். அதோடு, நீங்கள் பல்வேறு வகையான புத்தகங்களைப் படிப்பது நல்லது. பரந்துபட்ட அறிவைப் பெறுவதற்கு இது உங்களுக்கு உதவும்.

- புனைகதைகளைப் படியுங்கள்
- சுயமுன்னேற்ற நூல்களைப் படியுங்கள்
- வரலாற்றைப் படியுங்கள்
- தத்துவம் படியுங்கள்
- சுயசரிதைகளைப் படியுங்கள்

எல்லாவற்றையும் படியுங்கள்.

'டிஸ்' வழிமுறை

எதையும் வேகமாகக் கற்றுக் கொள்வதற்கு டிம் ஃபெர்ரிஸ் உருவாக்கிய வழிமுறை இது. அதை இவ்வாறு பயன்படுத்த வேண்டும்:

- நீங்கள் கற்றுக் கொள்ள விரும்புகின்ற திறமையைச் சிறு சிறு பகுதிகளாகக் கூறு போட்டுக் கொள்ளுங்கள். பிறகு, அவற்றில் மிக முக்கியமான பகுதியைக் கண்டுபிடியுங்கள். இதுதான் அத்திறமைக்கான அடித்தளம்.
- 80/20 விதியைப் பயன்படுத்துங்கள். மிக முக்கியமான 20% பகுதியின்மீது கவனத்தைக் குவியுங்கள். 80% திறமையைக் கற்றுக் கொள்ள அது உங்களுக்கு உதவும்.
- கற்பதற்கான ஆற்றல்மிக்க வழியைக் கண்டுபிடியுங்கள். சுலபமான பகுதியிலிருந்து தொடங்கி, பிறகு சிக்கலான பகுதிகளுக்கு நகருங்கள்.
- நீங்கள் ஊக்கத்தோடும் ஒழுங்கோடும் செயல்பட, உங்கள் இலக்குகளைப் பற்றி உங்கள் நண்பர்களிடமும் குடும்பத்தாரிடமும் கூறுங்கள். அப்போது நீங்கள் உங்கள் முயற்சியில் உண்மையோடு நடந்து கொள்வீர்கள்.

5-மணிநேர விதி

இது மிக எளிமையானது: நீங்கள் தினமும் எவ்வளவு பரபரப்பாக இருந்தாலும் சரி அல்லது எவ்வளவு களைத்துப் போயிருந்தாலும் சரி, புதிதாக எதையேனும் கற்பதற்கு குறைந்தபட்சம் 1 மணிநேரத்தைச் செலவிடுங்கள். இதை வாரத்திற்கு 5 நாள்கள் நீங்கள் செய்ய வேண்டும். சார்லி முங்கர் கூறியதுபோல, "தொடர்ந்து கற்றுக் கொண்டே இருப்பவர்கள், வாழ்வில் மேன்மேலும் உயர்ந்து கொண்டே இருப்பர்."

நீங்கள் கற்பவற்றை நடைமுறையில் செயல்படுத்துங்கள்

'நண்பர்களை எளிதாகப் பெறுவதும் மக்களிடம் செல்வாக்குடன் விளங்குவதும் எப்படி' என்ற நூலை வாரன் பஃபே தன்னுடைய ஒன்பதாவது வயதில் படித்தார். பெரும்பாலான மக்களைப் போலன்றி, அவர் தான் படித்தவற்றை நடைமுறையில் செயல்படுத்தினார். அப்புத்தகத்தில் கூறப்பட்டிருந்த கொள்கைகள் வேலை செய்யுமா இல்லையா என்பதைச் சோதிப்பதென்று அவர் தீர்மானித்தார். அவர் ஒரு குழுவினர்மீது கவனம் செலுத்தினார், அவர்களை மெச்சினார். இன்னொரு குழுவுடன் அவர் முரண்பட்டார். அவர் இப்பரிசோதனையின் விளைவுகளை ஒரு குறிப்பேட்டில் பதிவு செய்து வைத்துக் கொண்டார்.

அக்கொள்கை வேலை செய்தது என்பது நிரூபணமானவுடன், அவர் அதைத் தன் வாழ்வில் சுவீகரித்துக் கொண்டார்.

வெறுமனே படிக்காதீர்கள்; ஓர் உத்தி வேலை செய்கிறதா இல்லையா என்பதைச் சோதித்தறிந்து, பிறகு அதை உங்கள் சொந்த வாழ்வில் செயல்படுத்துங்கள்.

பகுதி 2

உத்திகளும் உபாயங்களும்

“உங்கள் இலக்கை அடைய முடியாதது வருத்தகரமான விஷயமன்று. அடைவதற்கு எந்த இலக்கும் இல்லாமல் இருப்பதுதான் வருத்தகரமானது.”

—பெஞ்சமின் ஈ. மேஸ்

பிக்மேலியன் விளைவு

19-ம் நூற்றாண்டின் பிற்பகுதியில், தன்னுடைய குதிரையால் கூட்டல், கழித்தல், பெருக்கல், வகுத்தல் ஆகிய எல்லாவற்றையும் செய்ய முடியும் என்று வில்ஹெம் வான் ஆஸ்டன் என்பவர் கூறினார். கேள்விகளை வாயால் கேட்கலாம் அல்லது எழுதிக் காட்டலாம். அதற்கு அக்குதிரை தன் கால்களைத் தட்டி விடையளிக்கும். அக்குதிரையின் பதில்கள் 90% துல்லியமாக இருந்தன. எல்லோரும் அதைக் கண்டு வியந்தனர். இது ஏதோ தந்திரம் என்று மக்கள் நினைத்தனர். ஆனால் அப்படி இல்லை. மற்றவர்கள் கேட்ட கேள்விகளுக்கும் அக்குதிரை சரியாக விடையளித்தது.

அக்குதிரை அதை எப்படிச் செய்தது என்பதை உளவியலாளர் ஆஸ்கர் ஃபங்ஸ்ட் கண்டுபிடித்தார். ஒருவர் திரைக்குப் பின்னால் இருந்தாலோ அல்லது அவருக்கே விடை தெரியாமல் இருந்தாலோ, அக்குதிரையின் பதில்கள் பெரும்பாலும் தவறாக இருந்தன. அக்குதிரை, மனித உடல்மொழியைக் கவனித்தது. ஒரு கேள்வி கேட்கப்பட்டபோது, அது தன் காலால் தாளமிடத் தொடங்கும். அது சரியான விடையை எட்டும்போது, கேள்வி கேட்டவர் தன் தலையைச் சாய்ப்பார் அல்லது கைதட்டுவார். இந்தச் சமிக்கைகளை உணர்ந்து கொண்டு அக்குதிரை தான் தாளம் போடுவதை நிறுத்திவிடும்.

அக்குதிரை சரியாக விடையளிக்கும் என்று மக்கள் எதிர்பார்த்ததால் அது சரியாக விடையளித்தது. நம்முடைய சாதனைகளின் விஷயத்திலும் இதுதான்

நடக்கிறது. ஒரு விஷயத்தில் நீங்கள் உங்களிடம் அதிகமாக எதிர்பார்த்தால், நீங்கள் அதில் சிறப்பாகச் செயல்படுவீர்கள். இது ‘பிக்மேலியன் விளைவு’ என்று அழைக்கப்படுகிறது.

நீங்கள் உங்களை ஒரு கடின உழைப்பாளியாக நினைத்தால், நீங்கள் இன்னும் கடினமாக உழைப்பீர்கள். இதற்கு நேரெதிரானது ‘கோலெம் விளைவு’ என்று அழைக்கப்படுகிறது. நீங்கள் உங்களை ஒரு சோம்பேறியாக நினைத்தால், நீங்கள் காலம் தாழ்த்துவீர்கள்.

முன்பே எனக்குத் தெரிந்திருந்தால் நன்றாக இருந்திருக்கும் என்று நான் நினைக்கின்ற 20 உற்பத்தித்திறன் உத்திகள்

1. உங்கள் நாளைத் திட்டமிடுங்கள்.
2. ஒரு நாளில் நீங்கள் சாதிக்க விரும்புகின்ற அனைத்தையும் எழுதிக் கொள்ளுங்கள்.
3. உங்கள் இலக்குகளை ஒரு குறிப்பேட்டில் எழுதிக் கொள்ளுங்கள்.
4. 80/20 விதியைப் பின்பற்றுங்கள். உங்களுடைய 20% வேலை 80% விளைவுகளைப் பெற்றுத் தரும்.
5. ஒரு நேரத்தில் பல வேலைகளைச் செய்வதை நிறுத்துங்கள். ஒரு வேலையிலிருந்து அடுத்த வேலைக்கு அடிக்கடி தாவிக் கொண்டிருப்பது உங்கள் உற்பத்தித்திறனைக் கணிசமாகக் குறைத்துவிடும்.
6. ஒரு நேரத்தில் ஒரு வேலையின்மீது கவனம் செலுத்துங்கள்.
7. உங்கள் சூழலிலிருந்து அனைத்துக் கவனச்சிதறல்களையும் நீக்கிவிடுங்கள்.
8. நீங்கள் களைப்பாக இருக்கும்போது, ஒரு குட்டித் தூக்கம் போடுங்கள்.
9. முடியாது என்று சொல்லக் கற்றுக் கொள்ளுங்கள். எல்லாவற்றுக்கும் சரி என்று நீங்கள் கூறினால், போதுமான நேரம் ஒருபோதும் உங்களுக்கு இருக்காது.
10. முக்கியமற்ற வேலைகளைப் பிறருக்குப் பகிர்ந்தளித்துவிடுங்கள்.
11. கச்சிதமான நேரத்திற்காகக் காத்திருக்காதீர்கள். இக்கணமே செயலில் இறங்குங்கள்.

12. ஐந்து நிமிடங்களுக்கு உள்ளாகச் செய்யப்படக்கூடிய எதுவொன்றும் இப்போதே செய்யப்பட வேண்டும்.
13. நீங்கள் வெறுக்கின்ற வேலையை முதலில் செய்துவிடுங்கள்.
14. காலக்கெடுக்களை நிர்ணயம் செய்யுங்கள். காலக்கெடுக்கள் இல்லாமல் வேலைகள் ஒருபோதும் நிறைவேற்றப்பட மாட்டாது.
15. உங்கள் இலக்குகளை அடைய உதவாத விஷயங்கள்மீது கவனம் செலுத்துவதை நிறுத்துங்கள்.
16. தேவையில்லாதபோது கச்சிதமானவராக இருக்க முயற்சிக்காதீர்கள்.
17. நீங்கள் உங்கள் மின்னஞ்சல்களைப் பார்ப்பதற்கு ஒரு குறிப்பிட்ட நேரத்தை ஒதுக்கிக் கொள்ளுங்கள்.
18. தேவையற்றச் சந்திப்புக்கூட்டங்கள் அனைத்தையும் தவிர்த்துவிடுங்கள்.
19. எதிர்மறையான மக்களை முற்றிலுமாகத் தவிர்த்துவிடுங்கள்.
20. நீங்கள் நேசிக்கின்ற வேலையைச் செய்யுங்கள்.

80/20 விதி

இது பரேட்டோ கொள்கை என்றும் அழைக்கப்படுகிறது. அதாவது, உங்களுடைய 20% வேலை 80% விளைவுகளைப் பெற்றுக் கொடுக்கும் என்று அர்த்தம்.

ஒவ்வொரு நாளும் நீங்கள் செய்வதற்குப் பல விஷயங்கள் இருக்கும், ஆனால் ஒரு சில விஷயங்கள் முக்கியமானவை. அவை பெரும்பாலான விளைவுகளைக் கொண்டு வரும். குறைவான முக்கியத்துவம் வாய்ந்த பிற விஷயங்கள் நம்முடைய இலக்குகளை அடைய நமக்கு உதவ மாட்டா.

நீங்கள் காலம் தாழ்த்தாவிட்டால்கூட, நீங்கள் என்ன செய்து கொண்டிருக்கிறீர்களோ அது குறித்து விழிப்புணர்வுடன் இருக்க வேண்டும். ஏனெனில், உங்களுடைய இலக்குகளை அடைய உதவாத மதிப்பற்ற விஷயங்களை நீங்கள் செய்தால், நீங்கள் உங்கள் நேரத்தை விரயமாக்கிக் கொண்டிருக்கிறீர்கள்.

ஒரு கணம் யோசியுங்கள். உங்கள் இலக்குகளை அடைய நீங்கள் செய்யக்கூடிய மிக முக்கியமான விஷயம் எது?

சோம்பேறித்தனத்திலிருந்து விடுபட உதவக்கூடிய 8 ஜப்பானிய உத்திகள்

1. இக்கிகய்

இக்கிகய் என்றால் வாழ்வில் உங்களுக்கு ஒரு நோக்கம் இருக்க வேண்டும் என்பது பொருள். அந்த நோக்கத்தை நிறைவேற்றுவதற்காகத்தான் நீங்கள் தினமும் காலையில் கண்விழிக்கிறீர்கள். உங்களிடம் ஒரு குறிக்கோள் இருக்கும்போது, நீங்கள் சோம்பேறியாக இருக்க மாட்டீர்கள், மாறாக, பெரிதும் ஊக்குவிக்கப்பட்டிருப்பீர்கள்.

இக்கிகய்யின் நான்கு விதிகள்:

1. நீங்கள் நேசிக்கின்ற வேலையைச் செய்யுங்கள்
2. நீங்கள் எதில் வல்லவரோ அதைச் செய்யுங்கள்.
3. உலகத்திற்கு எது தேவையோ அதைச் செய்யுங்கள்.
4. உங்களுக்கு எது பணத்தைப் பெற்றுக் கொடுக்குமோ அதைச் செய்யுங்கள்.

2. கைசென்

கைசென் என்றால், பெரிய மேம்பாடுகளுக்காகக் காத்திராமல், தினமும் சிறிய மேம்பாடுகள்மீது கவனம் செலுத்துதல் என்று பொருள்.

தினமும் 1% சிறப்புறுவதைப் பற்றியது இது. ஒரு பெரிய இலக்கை நிர்ணயிப்பதற்குப் பதிலாக, அதைப்

பல சிறிய இலக்குகளாகக் கூறு போட்டுக் கொண்டு, அவற்றை ஒவ்வொன்றாகக் கையாளுங்கள்.

3. ஷோஷின்

ஜென் புத்தமதத்தின் இன்னொரு சுவாரசியமான கோட்பாடு இது. ஒரு தொடக்க நிலைக்காரரின் மனநிலையோடு விஷயங்களை அணுகுவது என்று அது அர்த்தமாகும்.

> *"உங்கள் மனம் காலியாக இருந்தால் ... அது எல்லாவற்றுக்கும் திறந்து இருக்கிறது. ஒரு தொடக்க நிலைக்காரரின் மனத்தில் பல சாத்தியக்கூறுகள் இருக்கின்றன, ஆனால் ஒரு வல்லுநரின் மனத்தில் வெகு சிலவே உள்ளன."*
>
> —ஷுன்ரயு சுஸூகி

4. ஹரா ஹசி பூ

உங்கள் வயிறு 80% நிரம்பியவுடன் சாப்பிடுவதை நீங்கள் நிறுத்திவிட வேண்டும் என்பது இதன் பொருள். நீங்கள் அளவுக்கதிகமாகச் சாப்பிட்டால், நீங்கள் சோம்பேறித்தனமாக உணர்வீர்கள். இது மக்களுக்கு எல்லா நேரமும் நிகழ்கிறது. அவர்கள் சாப்பிட்டு முடித்தவுடன் களைப்பாக உணரத் தொடங்குகின்றனர். ஏனெனில், அவர்கள் சாப்பிட்டச் சாப்பாட்டைச் செரிமானம் செய்ய அவர்களுடைய உடல் முயற்சிக்கிறது. அவர்கள் தூக்கக் கலக்கமாக உணரத் தொடங்குகின்றனர். வேலை செய்வதற்கு அவர்களுக்கு ஆற்றல் இல்லாமல் போகிறது. எனவே, அவர்கள் தங்கள் வேலையைத் தள்ளிப்போடுகின்றனர்.

5. ஷின்ரின்-யோகு

'ஷின்ரின்' என்றால் ஜப்பானிய மொழியில் காடு என்று

பொருள், 'யோகு' என்றால் குளியல் என்று பொருள்.

ஒருவர் இயற்கையில் அதிக நேரத்தைச் செலவிட வேண்டும் என்று கூறுகின்ற ஓர் எளிய தத்துவம் இது. இயற்கையில் நேரத்தைச் செலவிடுவது மன அழுத்தத்தைக் கையாள்வதற்கான மிகச் சிறந்த வழியாகும். எனவே, நீங்கள் திக்குமுக்காடல் உணர்வை அனுபவிக்கும்போதெல்லாம், ஒரு பூங்காவில் சிறிது நேரம் நடந்துவிட்டு வாருங்கள்.

6. வாபி-சாபி

ஒருவர் கச்சிதத்தை நாடுவதற்குப் பதிலாக, கச்சிதமின்மையில் அழகைக் காண வேண்டும் என்று இக்கோட்பாடு கூறுகிறது. சில விஷயங்கள் கச்சிதமாக இருக்க வாய்ப்பே இல்லை. அதனால் பரவாயில்லை. விஷயங்களை உள்ளது உள்ளபடியே நேசியுங்கள். பிடிவாதமாக அவற்றை மாற்ற முயற்சிக்காதீர்கள். நீங்கள் அவற்றின் அழகைச் சீரழித்துவிடுவீர்கள்.

7. கன்பாரு

கன்பாரு என்றால் 'ஒருவர் தன்னால் முடிந்த அளவு சிறப்பாகச் செயல்படுதல்' என்று பொருள். ஒருவர் அதிகபட்ச முயற்சி மேற்கொள்ள வேண்டும், மன உறுதியோடும் விடாமுயற்சியோடும் சவால்களை எதிர்கொண்டு சமாளிக்க வேண்டும் என்று அது வலியுறுத்துகிறது. அடிப்படையில், தொடர்ச்சியான மேம்பாட்டை நோக்கிச் செயல்பட வேண்டும் என்று அது கூறுகிறது.

8. கமன்

விஷயங்கள் கடினமாகும்போது பொறுமையையும் விடாமுயற்சியையும் கடைபிடிக்க வேண்டும் என்று

இக்கோட்பாடு கூறுகிறது. நீங்கள் ஒரு புதிய வேலையைத் துவக்கும்போது, எல்லாம் சுமூகமாக நடக்காது. விஷயங்கள் பல நேரங்களில் தவறாகப் போகும். நீங்கள் பல சிரமங்களை எதிர்கொள்வீர்கள். தோல்விகள் இருக்கும், ஆனால் தொடர்ந்து தாக்குப்பிடித்து நீங்கள் அந்த வேலையை நிறைவு செய்ய வேண்டும்.

உங்கள் வாழ்க்கையை மாற்றக்கூடிய 10 சின்னஞ்சிறு பழக்கங்கள்

1. உங்கள் உடலை நகர்த்துங்கள்

நாள் முழுவதும் உட்கார்ந்தே இருப்பதற்காக நம்முடைய உடல் வடிவமைக்கப்படவில்லை. நீங்கள் உடல்ரீதியான வேலை எதுவும் செய்யாவிட்டால், எல்லா நேரமும் நீங்கள் களைப்பாக உணர்வீர்கள். காலையில் சிறிது நேரம் ஓடிவிட்டு வாருங்கள். வேலையின் ஊடாக நீங்கள் களைப்பாக உணர்ந்தால், சிறிது தூரம் நடந்துவிட்டு வாருங்கள்.

2. நீங்கள் என்ன சாப்பிடுகிறீர்கள் என்பதன்மீது கவனம் செலுத்துங்கள்

நீங்கள் சாப்பிடுகின்ற உணவு, நாள் முழுவதும் நீங்கள் எவ்வாறு உணர்கிறீர்கள் என்பதன்மீது தாக்கம் ஏற்படுத்தும். நீங்கள் அசமந்தமாக உணர்ந்தால், நீங்கள் சாப்பிடும் பதார்த்தங்களை மாற்ற வேண்டும். உங்கள் சாப்பாட்டை மேம்படுத்துவதற்கான வழியைக் கண்டுபிடியுங்கள்.

3. ஒரு குறிக்கோளைக் கொண்டிருங்கள்

உங்களுக்கு எந்தக் குறிக்கோளும் இல்லையென்றால், எதைச் செய்வதற்கும் உங்களுக்கு ஆற்றல் இருக்காது. நீங்கள் உங்கள் வேலையை நேசிக்காவிட்டால், நீங்கள் அது குறித்து உற்சாகம் கொள்ள மாட்டீர்கள். கடினமாக உழைக்கத் தேவையான ஊக்கத்தைப் பெறுவதற்கு

நீங்கள் ஒரு குறிக்கோளைக் கொண்டிருப்பது இன்றியமையாதது. எனவே, உங்கள் வாழ்வில் ஒரு குறிக்கோளைக் கண்டுபிடியுங்கள்.

4. அதிகத் தண்ணீர் குடியுங்கள்

நாள் முழுவதும் நீங்கள் ஏராளமாகத் தண்ணீர் பருகுவதை உறுதி செய்து கொள்ளுங்கள்.

5. நீங்கள் நேசிக்கின்ற மக்கள் உங்களைச் சூழ்ந்திருக்கும்படி பார்த்துக் கொள்ளுங்கள்

நீங்கள் நேசிக்கின்ற மற்றும் அக்கறை கொண்டுள்ள மக்கள் உங்களைச் சூழ்ந்திருப்பதை உறுதி செய்து கொள்ளுங்கள். அவர்கள் உங்களுக்கு மகிழ்ச்சியளிப்பவர்களாக இருக்கட்டும். எதிர்மறையான மக்களிடமிருந்து ஒதுங்கி இருங்கள்.

6. துணிகரச் செயல்களில் இறங்குங்கள்

நீங்கள் துணிகரச் செயல்களில் இறங்காவிட்டால், விஷயங்களைச் செய்வதற்கான ஊக்கம் உங்களுக்கு இருக்காது. நம்முடைய மனம் எப்போதும் விழிப்புடன் செயல்படுவதற்கு அதற்குத் தொடர்ந்து சவால்கள் தேவைப்படுகின்றன. நீங்கள் ஒரே வேலையை மீண்டும் மீண்டும் செய்து கொண்டிருந்தால், உங்கள் ஊக்கம் குறையும்.

7. உங்கள்மீது அதிகச் சுமையை ஏற்றி வைக்காதீர்கள்

உங்களிடம் யதார்த்தத்திற்குப் புறம்பான எதிர்பார்ப்புகளைக் கொண்டிருக்காதீர்கள். நீங்கள் உங்களை உந்தித் தள்ள வேண்டும்தான், ஆனால் நீங்கள் அளவுக்கதிகமாக உங்களை உந்தித் தள்ளினால்,

அது ஓர் எதிர்மறையான விளைவை உருவாக்கும். ஒரு நாளில் எக்கச்சக்கமாகச் செய்ய முயற்சிக்காதீர்கள். ஒரு சில முக்கியமான விஷயங்களில் மட்டுமே ஈடுபடுங்கள்.

8. ஒரே நேரத்தில் ஏகப்பட்ட வேலைகளைச் செய்வதை நிறுத்துங்கள்

ஒரே நேரத்தில் பல வேலைகளைச் செய்ய முயற்சிப்பது உங்களைக் களைப்புறச் செய்யும். எந்தவொரு வேலையிலும் உங்களால் ஒருமித்தக் கவனம் செலுத்த முடியாமல் போகும். ஒரே நேரத்தில் பல வேலைகளைச் செய்வது ஒரு பயனுள்ள திறமையன்று, மாறாக, அது கவனச்சிதறலை மட்டுமே தோற்றுவிக்கும். அது உங்கள் உற்பத்தித்திறனை மேம்படுத்துவதற்குப் பதிலாக, அதைக் குறைக்கும்.

9. அனைத்துக் கவனச்சிதறல்களையும் களையுங்கள்

உங்களுடைய சூழலில் உள்ள அனைத்துக் கவனச்சிதறல்களையும் களைவதுதான் நீங்கள் செய்யக்கூடிய மிகச் சிறந்த காரியமாகும். உங்கள் மூளையின் ஆற்றலைத் திசைதிருப்புகின்ற எதுவொன்றும் களையப்பட வேண்டும்.

10. ஓர் அவசர உணர்வைக் கொண்டிருங்கள்

ஓர் அவசர உணர்வு இல்லாவிட்டால் உங்கள் வாழ்வில் உங்களால் எதையும் சாதிக்க முடியாது. தாமதிக்காமல் செயலில் இறங்குங்கள், விளைவுகளுக்குப் பொறுமையாகக் காத்திருங்கள்.

போமோடோரோ உத்தி

இந்த உத்தி மிக எளிமையானது. இதன்படி, நீங்கள் இடைவிடாமல் 25 நிமிடங்கள் வேலை செய்ய வேண்டும், பிறகு 5 நிமிடங்கள் ஒரு சிறிய இடைவேளை எடுத்துக் கொள்ள வேண்டும். இப்படி நீங்கள் தொடர்ந்து செய்து வர வேண்டும்.

நான் ஓர் இடைவேளை எடுப்பதற்கு முன்பு நீண்ட நேரம் வேலை செய்வேன். உங்களுக்கு எது பொருத்தமாக இருக்கும் என்பதை நீங்கள் கண்டுபிடித்துக் கொள்ளுங்கள். ஓய்வு மிகவும் முக்கியம். நாளின் ஊடாக, மனத்தளவில் நீங்கள் களைத்துப் போகும்போது ஒரு சிறு இடைவேளை கண்டிப்பாக உங்களுக்குத் தேவை.

நீங்கள் எந்தவொரு காரியத்திலும் முழுமையாக மூழ்கிப் போயிருந்தால், மற்றவற்றைப் பற்றிக் கவலைப்படுத்துவதை நீங்கள் நிறுத்தியிருப்பதை நீங்கள் கவனித்திருப்பீர்கள். நேரம் போனதைக்கூட நீங்கள் கவனித்திருக்க மாட்டீர்கள். இது அடிக்கடி நிகழாமல் போகலாம், ஆனால் அது நிகழும்போது, நீங்கள் மகிழ்ச்சியாக உணர்வீர்கள். நீங்கள் நேசிக்கின்ற ஒரு வேலையைச் செய்யும்போது மட்டுமே நீங்கள் அந்த மகிழ்ச்சியை அனுபவிப்பீர்கள்.

5 நிமிட விதி

செய்யப்பட வேண்டிய வேலைகளை உள்ளடக்கிய ஒரு பெரிய பட்டியல் உங்களிடம் எப்போதும் இருக்கும். ஏனெனில், உடனடியாகவோ அல்லது ஐந்து நிமிடங்களுக்கு உள்ளாகவோ செய்து முடிக்கப்படக்கூடிய

சிறிய வேலைகளைச் செய்வதற்கு நீங்கள் காலம் தாழ்த்துகிறீர்கள். யதார்த்தத்தில், நீங்கள் அவற்றைச் செய்யவே மாட்டீர்கள். எனவே, அந்தப் பட்டியல் மேன்மேலும் நீண்டு கொண்டே போகும். இதனால் உங்களுக்குத் திக்குமுக்காடல் உணர்வு ஏற்படும்.

இறுதியில், நீங்கள் எதையுமே செய்து முடித்திருக்க மாட்டீர்கள். எதுவொன்றை ஐந்து நிமிடங்களுக்கு உள்ளாகச் செய்து முடிக்க முடியுமோ, அதை இப்போதே செய்துவிடுங்கள். நாளைவரை அவற்றைத் தள்ளிப்போடாதீர்கள்.

பெஞ்சமின் ஃபிராங்க்ளின் கூறியதுபோல, "சிறு செலவுகள் குறித்து எச்சரிக்கையாக இருங்கள்—ஒரு சிறிய ஒழுகல் ஒரு மாபெரும் கப்பலைக் கவிழ்த்துவிடும்."

இதே வழியில், நாம் செய்ய வேண்டிய சிறிய விஷயங்கள் குறித்து நாம் எச்சரிக்கையாக இருக்க வேண்டும். ஏனெனில், நாம் அவற்றைச் செய்யாவிட்டால், அவை நம்முடைய உற்பத்தித்திறனைப் பாதிக்கும்.

இரண்டு-நாள் விதி

இந்த விதியைப் பற்றி மேட் டாவெல்லா வெளியிட்ட ஒரு யூடியூப் காணொளியை நான் பார்த்தேன். உங்கள் பழக்கங்களைச் சீராகக் கடைபிடிக்க உதவக்கூடிய மிக எளிமையான, மிகவும் ஆற்றல்மிக்க வழி இது.

ஒவ்வோர் ஆண்டும், நம்முடைய வாழ்க்கையை மேம்படுத்திக் கொள்ளவும் சிறப்பான பழக்கங்களை நம்மிடம் வளர்த்தெடுக்கவும் ஜனவரியில் நாம் தீர்மானங்கள் மேற்கொள்கிறோம். வெறும் 15 நாள்களுக்குப் பிறகு, புத்தாண்டுக்கு முன்பு நாம் என்ன செய்து கொண்டிருந்தோமோ அதே விஷயங்களை நாம் செய்யத் தொடங்குகிறோம். அடுத்த ஆண்டு ஜனவரி 1 அன்று ஓர் உடற்பயிற்சி மையத்திற்குப் போய்ப் பாருங்கள். அந்த உடற்பயிற்சிக்கூடம் நிரம்பி வழியும். நாள்கள் செல்லச் செல்ல, கூட்டம் குறைந்து, வெகு சிலரே அங்கு உடற்பயிற்சி செய்ய வருவர். வரிசையாகச் சில நாள்கள் நீங்கள் அங்குப் போகாமல் இருந்தால், பிறகு அங்குச் செல்வதற்கான ஊக்கம் முழுவதையும் நீங்கள் இழந்துவிடுவீர்கள். உடற்பயிற்சி மையத்திற்குச் செல்வதற்கு நீங்கள் ஒதுக்கிய நேரத்தை இப்போது வேறொரு நடவடிக்கை எடுத்துக் கொண்டிருக்கும்.

இரண்டு-நாள் விதி எளிமையானது: வரிசையாக இரண்டு நாள்கள் எதையும் தவறவிடாதீர்கள். ஒரு நாளுக்கு வேண்டுமானால் நீங்கள் ஒன்றைத் தவறவிடலாம், ஆனால் இரண்டு நாள்கள் தொடர்ந்து ஒருபோதும் எதையும் தவறவிடாதீர்கள்.

புதிய பழக்கங்களை உருவாக்கிக் கொள்வதற்குக் காலம் பிடிக்கும். தொடக்க நாள்கள்தாம் மிகக்

கடினமானவை. அந்நேரத்தில்தான் நீங்கள் உங்கள் முயற்சியைக் கைவிட்டுவிட்டு உங்களுடைய வழக்கமான பழக்கங்களுக்குத் திரும்பிச் செல்லத் தூண்டப்படுவீர்கள். அந்தத் தூண்டுதலை மட்டும் நீங்கள் சமாளித்துவிட்டால், தொடர்ந்து முயற்சிப்பது சுலபமாகிவிடும்.

ஒவ்வொரு நபரும் அவர்களுடைய நல்ல மற்றும் மோசமான பழக்கங்களின் கூட்டுதான். அவ்விரு பழக்கங்களுக்கு இடையே ஒரு நிரந்தரப் போராட்டம் நிகழ்கிறது. நீங்கள் நல்ல பழக்கங்களை உருவாக்கிக் கொள்ளாவிட்டால், மோசமான பழக்கங்கள் அவற்றின் இடத்தை எடுத்துக் கொள்ளும். பெரும்பாலான நல்ல பழக்கங்கள் கடினமானவைதாம். ஏனெனில், அதுதான் அவற்றை மதிப்புமிக்கவையாக ஆக்குகிறது.

ஒரு புதிய திறமையைக் கற்றுக் கொள்வது கடினமானது, தினமும் உடற்பயிற்சி மையத்திற்குப் போவது கடினமானது. வெகு சிலரே அவ்விஷயங்களைச் செய்கின்றனர் என்பதால்தாம் நாம் அவற்றை மெச்சுகிறோம். எல்லோரும் அவற்றைச் செய்தால், அவை இயல்பானவையாகிவிடும். மற்றவர்கள் செய்கின்ற விஷயங்களிலிருந்து வேறுபட்ட ஒன்றை நீங்கள் செய்வது அதை மதிப்பு வாய்ந்ததாகவும் வெகுமதியளிப்பதாகவும் ஆக்குகிறது. முகமது அலி கூறியதுபோல, "என்னுடைய பயிற்சியின் ஒவ்வொரு நிமிடத்தையும் நான் வெறுத்தேன். ஆனால், 'முயற்சியைக் கைவிடாதே. இப்போது கஷ்டப்படு. உன்னுடைய எஞ்சிய வாழ்க்கையை ஒரு சாம்பியனைப்போல வாழ்ந்து காட்டு,' என்று எனக்கு நானே கூறிக் கொண்டேன்."

விழித்தெழுங்கள்!

“நீங்கள் காலையில் கண்விழிக்கும்போது, உயிரோடு இருப்பதும், சுவாசிக்க முடிவதும், சிந்திக்க முடிவதும், மகிழ்ச்சியாக வாழ முடிவதும், நேசிக்க முடிவதும் எப்பேற்பட்ட ஒரு சலுகை என்பதை நினைத்துப் பாருங்கள்.”

—மார்க்கஸ் அரேலியஸ்

நீங்கள் செய்ய விரும்புகின்ற விஷயங்களைச் செய்வதற்கான நேரம் கரைந்து கொண்டிருக்கிறது. விரைவில், அந்த இலக்குகளை நோக்கிச் செயல்படாமல் போனது குறித்து நீங்கள் பின்வருத்தம் கொள்வீர்கள். அந்தப் பின்வருத்தங்கள் தலைதூக்கும்போது, உங்கள்மீது கோபப்படுவதைத் தவிர உங்களால் வேறு எதுவும் செய்ய முடியாது. செயலில் இறங்குவதற்கான சிறந்த நேரம் இக்கணம்தான்.

உங்கள் குடும்பத்தினருடன் அதிக நேரம் செலவிடுவது, உலகச் சுற்றுப்பயணம் மேற்கொள்வது, உங்கள் ஆரோக்கியத்தின்மீது கவனம் செலுத்துவது என்று நீங்கள் செய்ய விரும்புவது எதுவாக இருந்தாலும், அதற்கான நேரம் இக்கணம்தான்.

நம்முடைய வாழ்நாள் மிகக் குறுகியது. எனவே, காலையில் விழித்தெழுந்து, விஷயங்களை வித்தியாசமாகச் செய்யத் தொடங்குங்கள். நீங்கள் இதுவரை செய்து வந்துள்ளதையே தொடர்ந்து செய்தால், நீங்கள் இதுவரை பெற்று வந்துள்ள விளைவுகளையே தொடர்ந்து பெறுவீர்கள். நீங்கள் விளைவுகளை மாற்ற

விரும்பினால், நீங்கள் செய்வதை நீங்கள் மாற்றியாக வேண்டும்.

நீங்கள் வாழ விரும்புகின்ற வாழ்க்கை சோம்பேறித்தனத்தின் மறுபக்கத்தில் இருக்கிறது. ஒவ்வொரு நாளையும் முழுமையான விழிப்புணர்வுடன் வாழுங்கள், ஒவ்வொரு கணத்தையும் இரசித்து அனுபவியுங்கள், நிகழ்கணத்தில் வாழுங்கள். நிகழ்காலத்தில் நீங்கள் செய்கின்ற விஷயங்களைக் கொண்டு மட்டுமே உங்கள் வருங்காலத்தை மாற்ற முடியும்.

- ஒவ்வொரு நாளும் முக்கியமானது.
- ஒவ்வொரு மணிநேரமும் முக்கியமானது.
- ஒவ்வொரு கணமும் முக்கியமானது.

மற்றவர்களுடைய எதிர்பார்ப்புகளுக்கு ஏற்ப உங்கள் வாழ்க்கையை வாழாதீர்கள். வருங்காலத்தில் அது குறித்து நீங்கள் பின்வருத்தம் கொள்வீர்கள். உங்களைச் சரியான பாதையில் வழிநடத்த முயற்சித்துக் கொண்டிருக்கின்ற உங்கள் அகக் குரலைச் செவிமடுப்பதை விடுத்து நீங்கள் ஏன் மற்றவர்களுடைய அபிப்பிராயங்களுக்குச் செவி சாய்க்கிறீர்கள்?

உங்களுக்கு 30 வயதாக இருந்து, நீங்கள் 90 வயதுவரை வாழப் போகிறீர்கள் என்று வைத்துக் கொள்வோம். நீங்கள் உங்கள் வாழ்வின் மூன்றில் ஒரு பகுதியை ஏற்கனவே கழித்துவிட்டீர்கள். உங்களுடைய கடந்தகாலம் குறித்து நீங்கள் மகிழ்ச்சியாக இருக்கிறீர்கள் என்றால் நல்லது! ஆனால் உங்கள் கடந்தகாலம் உங்களுக்குப் பிடிக்காவிட்டால், அதை மாற்றுவதற்குத் தேவையான அனைத்தையும் செய்யுங்கள். அப்போதுதான், உங்களுக்கு 70 வயது ஆகும்போது, "நான் என்னுடைய ஒட்டுமொத்த வாழ்க்கையையும் வீணாக்கிவிட்டேன்," என்று நீங்கள் கூற மாட்டீர்கள்.

நீங்கள் வாழ விரும்புகின்ற வாழ்க்கையை வாழ்வதிலிருந்து உங்களை இழுத்துப் பிடித்துக் கொண்டிருக்கின்ற எல்லாவற்றையும் கைவிடுங்கள்.

மற்றவர்களுடைய அபிப்பிராயங்கள் பற்றிக் கவலைப்படாதீர்கள். அவர்கள் மகிழ்ச்சியற்றவர்களாக இருப்பதற்கும் உங்களுக்கும் எந்தத் தொடர்பும் இல்லை. அவர்கள் உங்கள்மீது எதிர்மறையான தாக்கம் ஏற்படுத்த ஒருபோதும் அனுமதிக்காதீர்கள்.

ஒரு முறை, ஒரு தந்தையும் அவருடைய மகனும், தொலைதூரத்துக் கிராமம் ஒன்றில் ஒரு கழுதையை விலைக்கு வாங்கிக் கொண்டு வீடு திரும்பிக் கொண்டிருந்தனர். அப்போது ஒருவன், “அந்த முட்டாள்களைப் பார். அவர்களிடம் ஒரு கழுதை இருந்தும்கூட அவர்கள் இருவரும் நடந்து போய்க் கொண்டிருக்கின்றனர்,” என்று கூறியது அவர்களுக்குக் கேட்டது. அது ஒரு நல்ல யோசனை என்று நினைத்த அந்தத் தந்தையும் மகனும், அந்தக் கழுதையின்மீது ஏறி அமர்ந்தனர்.

வழியில் இன்னொருவன் அவர்களைப் பார்த்துவிட்டு, “அந்தப் பாவப்பட்டக் கழுதையைப் பார். அதனால் நடக்கவே முடியவில்லை,” என்று கூறினான். இதைக் கேட்டு அந்தத் தந்தை அந்தக் கழுதையிலிருந்து கீழே இறங்கிவிட்டார். அவர்கள் ஒரு வயல்வெளியைக் கடந்து சென்று கொண்டிருந்தபோது, ஒரு பெண், “உங்கள் மகன் இளவயதுக்காரன். அவன் ஆரோக்கியமாக இருக்கிறான். அவன்தான் நடந்து வர வேண்டும், நீங்கள் இந்தக் கழுதையின்மீது அமர்ந்து வர வேண்டும்,” என்று அந்தத் தந்தையிடம் கூறினாள். இதைக் கேட்டுவிட்டு அந்த இளைஞன் அக்கழுதையின்மீதிருந்து கீழே இறங்கி, தன் தந்தையிடம், “அப்பா, என்னை மன்னித்துவிடுங்கள். தயவு செய்து நீங்கள் இந்தக் கழுதைமீது உட்காருங்கள்,” என்று கூறினான்.

அவர்கள் தங்கள் கிராமத்தை அடையவிருந்த நேரத்தில், ஒரு வழிப்போக்கன் அவர்களைப் பார்த்து, “அந்த சுயநலவாதியைப் பார். அவனுடைய மகன் நடந்து வந்து கொண்டிருக்கிறான், ஆனால் அவன் சொகுசாகக் கழுதையின்மீது உட்கார்ந்து வருகிறான்,” என்று கூறினான்.

அதைத் தொடர்ந்து, அந்தத் தந்தையும் மகனும்

அந்தக் கழுதையை ஒரு மூங்கில் கம்பில் தலைகீழாகக் கட்டி, அதைத் தங்கள் கிராமத்தின் வழியாகச் சுமந்து சென்றனர்.

அவர்கள் தங்கள் வீட்டை அடைந்தபோது, எல்லோரும் அவர்களைப் பார்த்துக் கைகொட்டிச் சிரித்தனர். ஒரு பெரியவர் அந்தத் தந்தையிடம், "நீங்கள் ஏன் இந்தக் கழுதையை இப்படிச் சுமந்து சென்று கொண்டிருக்கிறீர்கள்? இந்தக் கழுதையால் நடக்க முடியாதா?" என்று கேட்டார்.

வழியில் நடந்தவற்றை அந்தத் தந்தை அந்தப் பெரியவரிடம் விளக்கினார். அதற்கு அந்த முதியவர், "எல்லோரும் உங்களைப் பார்த்துச் சிரிப்பதற்குக் காரணம், நீங்கள் உங்கள் அறிவைப் பயன்படுத்துவதற்குப் பதிலாக, மற்றவர்கள் கூறியதைச் செய்து வந்ததுதான்," என்று கூறினார்.

ஒரு நாள், இந்தப் புத்தகத்தைப்போலவே உங்கள் வாழ்க்கையும் முடிந்துவிடும். நீங்கள் செய்ய விரும்புகின்றவற்றை இப்போதே செய்யுங்கள். நீங்கள் பயணம் செய்ய விரும்புகின்ற இடங்களுக்குப் போய் வாருங்கள். நீங்கள் வாசிக்க விரும்புகின்ற புத்தகங்களை வாசியுங்கள்.

நீங்கள் விரும்புகின்ற நபர்கள் உங்களைச் சூழ்ந்திருக்கும்படி பார்த்துக் கொள்ளுங்கள்.

நேரம் கரைந்து கொண்டிருக்கிறது. வாழத் தொடங்குங்கள்.

நாகலட்சுமி சண்முகம்

மொழிபெயர்ப்பாளர்

நாகலட்சுமி ஒரு தலைசிறந்த பேச்சாளர் மற்றும் மொழிபெயர்ப்பாளர் ஆவார். கடந்த 15 ஆண்டுகளில் 100க்கும் அதிகமான நூல்கள் இவருடைய மொழிபெயர்ப்பில் வெளிவந்துள்ளன. இவருடைய மொழிபெயர்ப்புகளுக்குக் கிடைத்துள்ள சில அங்கீகாரங்களில், 'சேப்பியன்ஸ்–மனிதகுலத்தின் ஒரு சுருக்கமான வரலாறு' நூலுக்காகத் திருப்பூர் தமிழ்ச் சங்கம் வழங்கிய விருதும், 'இறுதிச் சொற்பொழிவு' நூலுக்காக 'நல்லி திசையெட்டும் விருதும்', தமிழக அரசு வழங்கிய 'சிறந்த மொழிபெயர்ப்பாளர்' விருதும் அடங்கும்.

தமிழ் நாடகத் துறையின் முன்னோடி மேதைகளான டி.கே.எஸ். சகோதரர்களில் ஒருவரான திரு முத்துசாமி அவர்களின் பேத்திகளில் ஒருவர் இவர். இவருடைய கணவர் PSV குமாரசாமியும் ஒரு சிறந்த மொழிபெயர்ப்பாளர் என்பது குறிப்பிடத்தக்கது. இவர் தற்போது தன் கணவருடனும் தன் மகன்கள் இருவருடனும் சென்னையில் வசித்து வருகிறார்.

நாகலட்சுமியைப் பற்றி மேலும் அறிந்து கொள்ள NagalakshmiShanmugam.com என்ற அவருடைய வலைத்தளத்தை அணுகலாம்.